സിക്സറും ഗോളും

Sixsarum Golum
Sprots

K L Mohanavarmma

CHINTHA PUBLISHERS
Thiruvananthapuram

First Edition
December 2024

Published & Typesetting
Chintha Publishers, Thiruvananthapuram

Printed at
Print Express, Kochi

Cover Design
Vinod Mangoes

ISBN : 978-93-48009-74-6

CO - 3564 / 7249

₹ 130

Email: chinthapublishers@gmail.com
Website: www.chinthapublishers.com

A version is available at National Libraries
Kolkata, Mumbai, Chennai and Delhi

Distribution
DESHABHIMANI BOOKHOUSE
H O Thiruvananthapuram 695035

Branch
Head Office Kunnukuzhi • Statue Thiruvananthapuram
Saphalyam Complex Thiruvananthapuram
Machingal Lane Thrissur • IG Road Kozhikode
Mavoor Road Kozhikode • NGO Union Building Kannur
Central Bus Terminal Complex Thavakkara Kannur

സിക്സറും ഗോളും

കെ എൽ മോഹനവർമ്മ

ചിന്ത പബ്ലിഷേഴ്സ്
തിരുവനന്തപുരം 695 035
വില: ₹ 130

കെ എൽ മോഹനവർമ്മ

1936 ജൂലൈ 8 ന് ചേർത്തലയിൽ ജനനം.
പിതാവ് : അഡ്വക്കേറ്റ് എം ആർ കേരളവർമ്മ.
മാതാവ് : ലക്ഷ്മിക്കുട്ടിയമ്മ.
കേന്ദ്ര ഗവണ്മെന്റ് സർവീസിൽനിന്ന് വോളന്ററി റിട്ടയർമെന്റ് 1979 ൽ.
ചിന്ത പ്രസിദ്ധീകരിച്ച പുസ്തകങ്ങൾ: *ശിവറാംജിയുടെ ഓർമ്മക്കുറിപ്പുകൾ* (നോവൽ).
നോവലും കഥകളുമുൾപ്പെടെ അറുപതിലേറെ രചനകൾ.

ഭാര്യ	:	രാധാ വർമ്മ
വിലാസം	:	1 ഡി, ലോട്ടസ് അപ്പാർട്ട്മെന്റ്സ്, ദർബാർ ഹാൾ റോഡ്, കൊച്ചി - 682016.
ഫോൺ	:	9847030710
ഇ-മെയിൽ	:	varma.klmohana@gmail.com

ഉള്ളടക്കം

മുഹമ്മദ് അലി പൂമ്പാറ്റയും തേനീച്ചയും 9

സച്ചിൻ താരങ്ങളുടെ താരം 14

എന്റെ ഫുട്ബോളും ഞാനും 20

എന്റെ പ്രിയ ടേബിൾ ടെന്നീസും കമ്യൂണിസവും 26

സ്പോർട്സ്മാൻ സ്പിരിറ്റ് 32

കേരളത്തിന്റെ ഉണ്ണി 35

പ്ലേയറും ക്യാപ്റ്റനും 39

ചൂതുകളിയും മാർവാഡിയും 44

പി ടി ഉഷയും ടിനു യോഹന്നാനും സ്കൂൾ കായികമേളയും 47

വടംവലി 51

ക്രിക്കറ്റിലെ ഭസ്മാസുരൻ? 55

ഡാനി ബോയ്ലും ഒളിമ്പിയൻ മാധുരായും 61

പ്രസാധകക്കുറിപ്പ്

നോവലിസ്റ്റ്, ഹാസ്യ സാഹിത്യകാരൻ എന്നീ നിലകളിൽ ശ്രദ്ധേയനായ കെ എൽ മോഹനവർമ്മയുടെ കുറിപ്പുകളുടെ സമാഹാരമാണ് *സിക്സറും ഗോളും*. സ്പോർട്സിന്റെ പശ്ചാത്തലത്തിൽ *ക്രിക്കറ്റ്, ഗോൾ* എന്നീ നോവലുകൾ രചിച്ച മോഹനവർമ്മ കായികമേഖലയെ കേന്ദ്രീകരിച്ച് നടത്തിയ അന്വേഷണങ്ങളുടെ പ്രതിഫലനം ഈ കൃതിയിലുണ്ട്. ക്രിക്കറ്റും ഫുട്ബോളും ഉൾപ്പെടെയുള്ള കായികയിനങ്ങളെ ഹൃദയത്തിൽ സ്വീകരിച്ച മലയാളിയുടെ സ്പോർട്സ് നൊസ്റ്റാൾജിയകളിലേക്കുള്ള സഞ്ചാരം കൂടിയാണീ രചന. സ്പോർട്സിനെ സംബന്ധിച്ച് മോഹനവർമ്മയ്ക്കുണ്ടായിരുന്ന ആഗ്രഹങ്ങൾക്കും സ്വപ്നങ്ങൾക്കുമൊപ്പം ലോകത്തിന്റെ കായികാഭിരുചികളിൽത്തന്നെ കാര്യമായ പരിണാമങ്ങൾ സൃഷ്ടിച്ച സ്പോർട്സിലെ ചലനങ്ങളും കൂടി ചേർത്തെഴുതിയ ഈ കുറിപ്പുകൾ വേറിട്ടൊരു വായനാനുഭവം പ്രധാനം ചെയ്യുന്നതിന് പര്യാപ്തമാണ്.

ചിന്ത പബ്ലിഷേഴ്സ്

മുഹമ്മദ് അലി പൂമ്പാറ്റയും തേനീച്ചയും

"ഒരു പൂമ്പാറ്റയെപ്പോലെ തെന്നിത്തെന്നിപ്പറക്കുക, തേനീച്ചയെപ്പോലെ കുത്തിനോവിക്കുക. ഇത് എന്റെ ജോലിയാണ്. എന്റെ നിയോഗമാണ്. പുല്ലിന് വളരണം. കിളികൾക്കു പറക്കണം. കടലിന് കരയെ അമർത്തണം. എനിക്ക് ആൾക്കാരെ ഇടിക്കണം."

ഇരുപതാംനൂറ്റാണ്ടിലെ മഹാന്മാരിൽ ആദ്യത്തെ പത്തുപേരിൽ ഒരാളായി ലോകം കണക്കാക്കുന്ന മുഹമ്മദ് അലിയുടെ വാക്കുകളാണ്.

അമേരിക്കൻ നീഗ്രോവംശജൻ. ഒളിമ്പിക്സിലെയും പ്രൊഫഷണൽരംഗത്തെയും അതിപ്രഗത്ഭനായ ബോക്സർ. സൂപ്പർ കായികതാരങ്ങളിലെ സൂപ്പർതാരം. അതേസമയം മറ്റു താരങ്ങളിൽനിന്ന് വ്യത്യസ്തനായി സാമൂഹ്യതലത്തിൽ മനുഷ്യാവകാശരംഗത്ത് തന്റേതായ ശൈലിയിൽ വിപ്ലവകരമായ മാറ്റത്തിന് ഊർജ്ജം നൽകിയ മനുഷ്യസ്നേഹി.

മുഹമ്മദ് അലി എന്ന കാഷ്യസ് മാർസെലസ് ക്ലേ ജൂണിയർ.

വെറും 21 കൊല്ലത്തെ ആക്ടീവ് ജീവിതം. 1942 ൽ ജനിച്ചു. 1960 മുതൽ 1984 വരെ ബോക്സിങ് റിംഗിൽ. അതിൽത്തന്നെ മൂന്നുകൊല്ലം നിരോധനം കാരണം വേദിയിൽനിന്ന് ഔട്ട്. 1984 ൽ തലച്ചോറിൽ ആഘാതം കാരണം പാർക്കിൻസൻ രോഗം വരുത്തിയ തളർച്ചയും. 2016 ൽ മരണംവന്നു പുൽകുന്നതുവരെ കിടക്കയിൽ..

ഈ 21 കൊല്ലം അലി തന്റെ മുൻപിൻ തലമുറകൾക്ക് ബോക്സിങ് റിംഗിലും വെളിയിലും പ്രചോദകനും വിവാദസ്രഷ്ടാവും ആശയങ്ങളുടെ പ്രാവർത്തിക ലീഡറുമായിരുന്നു.

18-ാം വയസ്സിലാണ് ക്ലേ റോമിൽ നടന്ന ഒളിമ്പിക്സിൽ ലൈറ്റ്

ഹെവിവെയ്റ്റ് വിഭാഗത്തിൽ സ്വർണ്ണമെഡൽ നേടുന്നത്. നാലുവർഷം കഴിഞ്ഞ് പ്രൊഫഷണൽരംഗത്തെ അന്നത്തെ ലോകചാമ്പ്യൻ സോണി ലിസ്റ്റനെ ഇടിച്ചുവീഴ്ത്തി ബോക്സിങ് സിംഹാസനം കരസ്ഥമാക്കി. അതോടെ ക്ലേയെ ഒരു അത്ഭുതമായി കായികലോകം കണ്ടു. പെട്ടെന്ന് അദ്ദേഹത്തിന്റെ മുഷ്ടിയെപ്പോലെ നാവും ആക്ടീവായി. അദ്ദേഹം മതം മാറി. മുസ്ലിമായി. തന്റെ അടിമപ്പേരായ ക്ലേ മാറ്റി അലി എന്നാക്കി മുഹമ്മദ് അലിയായി. അമേരിക്കയിലെ സിവിൾ റൈറ്റ്സ് മൂവ്മെന്റിൽ തന്റേതായ ശൈലിയിൽ ഭാഗഭാക്കായി.

മൂന്നുതവണ ഹെവി വെയ്റ്റിൽ ലോക ബോക്സിങ് ചാമ്പ്യനായ ഏകവ്യക്തി മുഹമ്മദ് അലിയാണ്. ലോകപ്രസിദ്ധമായ *റിംഗ്* മാസിക അഞ്ചുതവണ അദ്ദേഹത്തെ 'ഈ വർഷത്തെ ഫൈറ്റർ' എന്ന അപൂർവ പദവി നൽകി അംഗീകരിച്ചു. *സ്പോർട്സ് ഇല്യസ്ട്രേറ്റഡ്* മാസിക അദ്ദേഹത്തെ 'ഇരുപതാംനൂറ്റാണ്ടിന്റെ കായികതാര'മായി തെരഞ്ഞെടുത്തു. ബി ബി സിക്ക് അദ്ദേഹം ഇരുപതാംനൂറ്റാണ്ടിന്റെ സ്പോട്സ് പേഴ്സണാലിറ്റിയാണ്. അദ്ദേഹത്തെ ലോകം 'ദി ഗ്രേറ്റസ്റ്റ്' എന്നു വാഴ്ത്തി.

അലി ഉറക്കെ വിളിച്ചു പറഞ്ഞു,

"ഞാൻ ലോകത്തിലെ ഏറ്റവും വലിയവനല്ല, ഇരട്ടി വലിയവനാണ്. ഞാൻ എന്നെ നേരിടുന്നവനെ ഇടിച്ചു താഴെയിടുമെന്നു മാത്രമല്ല, അതെപ്പോൾ ഏതു റൗണ്ടിൽ വേണമെന്ന് എന്റെ ഇഷ്ടംപോലെ തീർച്ചപ്പെടുത്തും. ഞാനാണ് ലോകത്തിലെ ധീരന്മാരിൽ ധീരൻ. അതിസുന്ദരൻ. എല്ലാവരിലും ഉന്നതൻ. ഏറ്റവും ശാസ്ത്രീയമായും കഴിവോടെയും ബോക്സിങ് റിംഗിൽ ഇന്ന് യുദ്ധം ചെയ്യുന്നവരിൽ അതികായൻ."

ഹൊറാസ്മാൻ എന്ന സാമൂഹ്യപ്രതിബദ്ധതയുള്ള ചിന്തകനും പ്രവർത്തകനുമായിരുന്നു, അമേരിക്കയിൽ പൊതുവിദ്യാഭ്യാസം എല്ലാവർക്കും ഒന്നുപോലെ ലഭിക്കണമെന്നും, അത് ഒരു വർഗ്ഗത്തിന്റെ കുത്തകയല്ല എന്നും സമൂഹത്തിന്റെ ഉന്നമനത്തിന് ആദ്യം വേണ്ടത് സ്വഭാവരൂപീകരണം പ്രധാനമാക്കിയ സൗജന്യവിദ്യാഭ്യാസമാണെന്നും പറഞ്ഞ് അതിനുവേണ്ടി നിയമമുണ്ടാക്കാൻ അമേരിക്കൻ സർക്കാരിൽ അഭിപ്രായരൂപീകരണം സൃഷ്ടിക്കാൻ ശ്രമിച്ച നേതാവ്. വെറും അക്ഷരപഠനംകൊണ്ട് ഐക്യം ഉണ്ടാകുകയില്ല. വിദ്യാഭ്യാസം എന്നത് മനുഷ്യസമൂഹത്തിന്റെ നിറം, രൂപം, വർഗ്ഗം ഇവ ജനിപ്പിക്കുന്ന വ്യത്യസ്തതകളെ ഇല്ലാതാക്കി മാനവികതയുടെ മഹത്വം രൂപപ്പെടുത്താൻ കണ്ടുപിടിച്ച ഏറ്റവും മെച്ചപ്പെട്ട ആയുധമാണെന്ന് അദ്ദേഹം ഉദ്ഘോഷിച്ചു.

അലി പറഞ്ഞു,

"1848 ൽ ഹൊറാസ്മാൻ ഇതു പറയുമ്പോൾ എനിക്ക് വായിക്കാ

നറിഞ്ഞുകൂടാ, എഴുതാനറിഞ്ഞുകൂടാ. ഞങ്ങൾ കറുത്ത നിറക്കാരിലാരെങ്കിലും അതിനു തുനിഞ്ഞാൽ അതിന് വധശിക്ഷയായിരുന്നു പകരം ലഭിക്കുക. തലമുറകളായി ഞങ്ങൾക്ക് അറിയാമായിരുന്നു, അറിവാണ് ശക്തി. പക്ഷേ, എന്താണ് കാരണമെന്നറിഞ്ഞുകൂടാ, ഈ അറിവ് പെട്ടിയിലിട്ട് ഞങ്ങൾക്കു നൽകാതെ പൂട്ടിവച്ചിരുന്ന പെട്ടിയുടെ താക്കോൽ ചോദിക്കാൻപോലും ഞങ്ങൾക്ക് കഴിഞ്ഞില്ല. അറിവിന്റെ ഉടമകളെ ഞങ്ങൾ ഭയന്നു.

ക്ലാസ്മുറിയിലെ പഠനവും കൃഷിയിടത്തിലെ അടിമപ്പണിയും സമാനമാണെന്ന് ഞങ്ങളെ വിശ്വസിപ്പിച്ചു. ഞങ്ങൾക്ക് അറിവിന് സംവരണം നൽകി. ക്വോട്ട നിശ്ചയിച്ചു. വ്യത്യസ്തത മഹത്താണെന്ന് പഠിപ്പിച്ചു. എനിക്കു മനസ്സിലായി, ഒരിക്കലും നൽകാനുദ്ദേശമില്ലാതെ വിളമ്പുന്ന വാഗ്ദാനങ്ങളുടെ മുരടിച്ച പൂന്തോട്ടത്തിൽ ഞാനൊരു ഉണങ്ങാൻ തയ്യാറാകാതെ വിരിഞ്ഞുനിൽക്കുന്ന പൂവാണെന്ന്. ഇന്ന് അതിൽ നിറയെ അനീതിയെ കുത്തിനോവിക്കുന്ന മുള്ളും കരുതി ഞാൻ ഇറങ്ങുകയാണ്."

അലി ഉറക്കെ വെള്ളക്കാരായ ദാതാക്കളെ നോക്കി ഇളിച്ചു പറഞ്ഞു,

"ഈ ബോക്സിങ് എന്നുപറഞ്ഞാൽ വെള്ളക്കാരുടെ വലിയ ഒരു കൂട്ടം ഒന്നിച്ചുകൂടി രണ്ടു കറുപ്പന്മാർ അന്യോന്യം അടിച്ചുതകർക്കുന്നത് കണ്ട് ആർത്തുല്ലസിക്കുക എന്നതാണ്."

അലിയുടെ റിംഗിലെ ഇടിയെക്കാൾ വെള്ളക്കാർ ഭയന്നതും ഇഷ്ടപ്പെട്ടതും അദ്ദേഹത്തിന്റെ വാക്കുകളെയാണ്.

ചില മുനവെച്ച വാക്കുകൾ.

"ഞാൻ എന്റെ വീട്ടിൽ ഒരു നല്ല എളിമയുള്ള മനുഷ്യനാണ്. പക്ഷേ, അത് പുറംലോകം അറിയാൻ പാടില്ല. വിനീതരായവർ, എനിക്കറിയാം, ജീവിതത്തിൽ ഏറെയൊന്നും മുന്നോട്ടുപോയിട്ടില്ല.

ഞാൻ മുതലകളുമായി ഗുസ്തിപിടിച്ചിട്ടുണ്ട്. ഒരിക്കൽ ഒരു തിമിംഗലത്തിനെ ഇടിച്ച് തകർത്തിട്ടുണ്ട്. ഞാൻ മിന്നലിന് വിലങ്ങിടും. വെള്ളിടിയെ ജയിലിലിലടയ്ക്കും. നിങ്ങൾക്കറിയില്ലേ, ഞാൻ പിശകാണെന്ന്. ഞാനാരാ മോൻ! ഞാനൊരു പാറയെ അടിച്ചുകൊന്നു. ഒരു കരിങ്കല്ലിനെ ഇടിച്ച് അവശനാക്കി. ഒരു വെറും ഇഷ്ടികയെ ഒരു തട്ട്. അവൻ ആശുപത്രിയിലായി. ഞാനാള് അത്ര എച്ചിയാണ്. ഞാൻ മരുന്നിനെ രോഗിയാക്കും. എനിക്കറിയാം ഞാൻ സ്വർഗ്ഗം നേടി എന്ന്. പക്ഷേ, എന്റെ വർഗ്ഗം, കറുത്ത തൊലിനിറമുള്ളവർക്ക് ലഭിക്കുന്നത് നരകമാണ്. അവർക്ക് ഈ നരകത്തിൽനിന്ന് മോചനം കിട്ടാത്തിടത്തോളം ഞാനെങ്ങനെ ഒറ്റപ്പെട്ട് സ്വതന്ത്രനാകും?

ഞാൻ വെള്ളക്കാരുടെ ശുദ്ധമായ ഇംഗ്ലീഷ് പദപ്രയോഗം നടത്താറില്ല. പക്ഷേ, ഞാൻ എന്റെ വാക്കുകളിൽ നൽകുന്നത് ഭാഷയല്ല, വിജ്ഞാനമാണ്."

അലി പറയുകയാണ്, "നിങ്ങൾ കേട്ടുകൊള്ളൂ", ഒരു കൊതുകിന് നഖം വലിച്ച് നിലം ഉഴാൻ കഴിയും, എങ്ങനെയെന്ന് ചോദിക്കരുത്. അതിനെ പിടിച്ച് നഖം തോളിൽ ഉറപ്പിക്കുക. അപ്പോൾ മനസ്സിലാകും.

ഞാനാണ് ലോകത്തിലെ എല്ലാവരെയും ഉപദേശിക്കാൻ പ്രാപ്തനായ മനുഷ്യജീവി. എന്നെ എല്ലാവർക്കും അറിയാം. സെർബിയാ, പാകിസ്ഥാൻ, മൊറോക്കോ. എല്ലായിടവും. കെൻടുക്കി ഡർബി എന്നാലെന്താണെന്ന് ഈ നാട്ടുകാർക്കറിഞ്ഞുകൂടാ. അവർക്ക് ഈ ഡർബിയുടെ ഗതിവിഗതികളിൽ ഒരാവേശവുമില്ല. പക്ഷേ, അവർ എന്റെ പിന്നാലെ എനിക്കുവേണ്ടി കാത്തിരിക്കുന്നു.

ചിലപ്പോഴൊക്കെ എന്റെ ചില വാക്കുകൾ കാരണം പലരും വിറളി പിടിക്കുന്നതും ചിലർ വേദനിക്കുന്നതും കാണുമ്പോൾ ഞാൻ ദുഃഖിതനാകും. അതെനിക്കു മനസ്സിലാകും. പക്ഷേ, ഞാൻ ഒരിക്കലും മനഃപൂർവം അങ്ങനെ പറയുന്നതല്ല. ഒരു ആവേശം. അർത്ഥശൂന്യമെന്ന് വേണമെങ്കിൽ വ്യാഖ്യാനിക്കാവുന്ന ആവേശം. അതെന്റെ ജോലിയുടെ, കർമ്മത്തിന്റെ ഭാഗമാണ്. അത്രയുമേയുള്ളൂ.

പണ്ടുകാലത്ത് എനിക്ക് അനായാസമായിരുന്ന പലതും, എന്റെ കനത്ത ഊർജ്ജസ്വലമായ ശബ്ദം, എന്റെ ചലനത്തിന്റെ മിന്നൽ വേഗത, എല്ലാം ഇന്ന് കുറഞ്ഞുവന്നിരിക്കുന്നു. പക്ഷേ, ഇന്നും എല്ലാ ദിവസവും രാവിലെ ഉണരുമ്പോൾ മുതൽ ഞാൻ ഒരു പൂർണ്ണമായ പകലും രാത്രിയും ജീവിക്കാൻ തയ്യാറാകും. കാരണം വളരെ ലളിതമാണ്. ഓരോ ദിവസവും ദൈവം നമുക്കു നൽകുന്ന ഏറ്റവും വിലപ്പെട്ട സമ്മാനമാണ്."

അമേരിക്കയിലെ നിർബന്ധിത പട്ടാളസേവനനിയമം അനുസരിച്ച് വിയറ്റ്നാമിലെ യുദ്ധഭൂമിയിൽ പോകാൻ സർക്കാരിന്റെ ഉത്തരവുവന്നപ്പോൾ മുഹമ്മദ് അലി അതിനു വഴങ്ങാതെ ശിക്ഷവാങ്ങി. അലിയുടെ ആ സമയത്തെ വാക്കുകൾ ലോകത്തിലെ എക്കാലവും ജനിതകവ്യത്യാസത്തിന്റെ പേരിൽ അടിച്ചമർത്തപ്പെട്ട ജനതയുടെ ഉയിർത്തേഴുന്നേൽപ്പിന് നൽകിയ ഉത്തേജനമായിരുന്നു. മാനവചരിത്രത്തിലെ സുവർണ്ണലിപികളാൽ വരുംകാലം രേഖപ്പെടുത്തുന്നവ.

അദ്ദേഹം പറഞ്ഞു,

"എന്റെ മനസ്സാക്ഷി എന്നെ വിയറ്റ്നാമിൽപോയി യുദ്ധംചെയ്യാൻ അനുവദിക്കുന്നില്ല. ഞാൻ മുസ്ലിം മതവിശ്വാസിയാണ്. വിശുദ്ധ *ഖുറാൻ* അല്ലാഹു അനുവദിക്കാത്ത ഒരു യുദ്ധത്തിനും വിശ്വാസികളെ നിർബ്ബന്ധിക്കുന്നില്ല. എനിക്ക് വിയറ്റ്കോംഗുകളുമായി ഒരു വിരോധവുമില്ല.

എന്നെ അമേരിക്കൻ സർക്കാർ പട്ടാളവേഷമണിയിച്ച് പതിനായിരം മൈലകലെ പോയി വിയറ്റ്നാം എന്ന രാജ്യത്തിലെ എന്നോടൊരിക്കലും ഒരു ബന്ധവുമില്ലാത്ത അവിടുത്തെ തവിട്ടുനിറക്കാരെ ബോംബിട്ടും വെടിവച്ചും കൊല്ലണം എന്നുപറയുന്നു. എന്തിന് ഞാൻ അവരെ കൊല്ലണം? അതേസമയം ഇവിടെ ഈ ആജ്ഞാപിക്കുന്നവർ അമേരിക്കയിൽ തലമുറകളായി ജനിച്ചുവളർന്ന എന്നെപ്പോലുള്ള നീഗ്രോകളെ നായ്ക്കളെപ്പോലെ കണക്കാക്കി വെറും സാധാരണ മനുഷ്യാവകാശംപോലും നിരസിക്കുന്നു."

മുഹമ്മദ് അലിയെ വിയറ്റ്നാമിൽ പോകാത്തതിന് അറസ്റ്റുചെയ്തു. അദ്ദേഹത്തിന്റെ ലോകചാമ്പ്യൻ പദവി സസ്പെൻഡു ചെയ്തു. മൂന്നു വർഷത്തേക്ക് ബോക്സിങ് റിംഗിൽ കയറുന്നതിന് നിരോധനം ഏർപ്പെടുത്തി. അലി വഴങ്ങിയില്ല. അവസാനം സുപ്രീം കോടതി ഇടപെട്ടു.

ഈ സംഭവങ്ങളിലെ പ്രാധാന്യം ഞാൻ കാണുന്നത് ആധുനിക സമൂഹത്തിന്റെ കാഴ്ചപ്പാടുകളിൽ വരുത്തിയ മൗലികമായ മാറ്റമാണ്.

എന്താണ് ജനപ്രീതി നേടിയ കോടിക്കണക്കിന് ആരാധകരുള്ള ഒരു സൂപ്പർ താരത്തിന്റെ സാമൂഹ്യപ്രതിബദ്ധത? രാഷ്ട്രീയരംഗത്തുള്ളവർ മാത്രം ഇടപെടേണ്ട ഒന്നാണോ സമൂഹത്തിലെ പുരോഗതിയുടെ നൂതന വഴികൾ?

ഒരു സൂപ്പർ താരത്തിന്റെ അഭിപ്രായവും മാതൃകയും സമൂഹത്തിനെ നന്നായി ബാധിക്കും. നിങ്ങൾക്ക് ദൈവം നൽകിയ കഴിവും ജനം നൽകിയ അംഗീകാരവും നിങ്ങൾ സമൂഹത്തിന്റെ നന്മയ്ക്കുവേണ്ടി എന്തുകൊണ്ട് ഉപയോഗിക്കുന്നില്ല?

1970 കളുടെ തുടക്കത്തിൽ സ്വപ്നത്തിൽപ്പോലും ഒരു ചിന്തകനും കാണാത്ത മാറ്റമാണ് അമേരിക്കൻ സമൂഹത്തിലും സ്വാഭാവികമായും മാനവസമൂഹത്തിലാകെയും ഉണ്ടായിക്കൊണ്ടിരുന്നത്. ഒരു കറുത്ത നിറക്കാരൻ ആഫ്രിക്കൻ അടിമവംശതലമുറയുടെ കണ്ണി, മുസ്ലിം പിതൃത്വമുള്ള ചെറുപ്പക്കാരൻ ബാരക്ക് ഒബാമ 2008 ൽ, വെറും മുപ്പത്തഞ്ചു കൊല്ലത്തിനകം അമേരിക്കയുടെ പ്രസിഡന്റായി. ഈ മാറ്റത്തിന് അമേരിക്കൻ യാഥാസ്ഥിതികരുടെ മനസ്സിൽ കളമൊരുക്കിയതിൽ സുപ്രധാന പങ്ക് മുഹമ്മദ് അലിയുടെ "ഞാൻ കറുത്തവനായതിൽ അഭിമാനിക്കുന്നു" എന്നുപറഞ്ഞ് ബോക്സിങ് വേദികളിൽ നടത്തിയ നൂറായിരം നൃത്തച്ചുവടുകൾക്കുമുണ്ടായിരുന്നു.

നന്ദി, മുഹമ്മദ് അലി. നന്ദി.

സച്ചിൻ താരങ്ങളുടെ താരം

കുഞ്ഞുങ്ങളോട് അവർക്ക് എന്താണ് ഏറ്റവും ഇഷ്ടം എന്നുചോദിച്ചാൽ ഉടൻ ഉത്തരം പറയും. കളി. കളി കഴിഞ്ഞേ ഭക്ഷണംപോലും വരികയുള്ളൂ. ഭക്ഷണം വിശപ്പുള്ളപ്പോൾ മതി. കളിക്ക് അങ്ങനെ ടൈമില്ല.

കളികൾക്ക് രൂപം വന്നപ്പോൾ അത് കലകൾപോലെ മനസ്സിന്റെ ഭാഗമായി. കളിയുടെ മനുഷ്യനിലുള്ള സ്വാധീനം കൃത്യമായി അളക്കാൻ മാപിനി ഇല്ല. പക്ഷേ, ഒന്നുണ്ട്. കളികൾ കളിക്കളത്തിനുപുറത്ത് നമ്മുടെ ജീവിതത്തെ ശരിക്കും മയപ്പെടുത്തുന്നു. സ്പോർട്ട്സ്മാൻ സ്പിരിറ്റും പരാജയം എന്ന അനിവാര്യതയും ഇനി മുന്നോട്ടുപോയി ജയം നേടാനുള്ള ആവേശവുമെല്ലാം നമ്മുടെ നന്മയുടെ ഭാഗമാണ്.

ഇക്കൂട്ടത്തിൽ ക്രിക്കറ്റുകളിയാണ് നമ്മുടെ കളികളിൽ ജീവിതത്തെ ശരിക്കും പ്രതിഫലിപ്പിക്കുന്നത്.

ബാറ്റ്സ്മാൻ തന്റെ നേരെവരുന്ന പന്തിലേക്കുനോക്കി അതിനെ നേരിടാൻ തയാറായി നിൽക്കുകയാണ്. ആയിരക്കണക്കിന് കാണികൾക്ക് തന്റെ പ്രകടനം മാത്രം മതി. നന്നായി കളിച്ചാൽ അവർ കൈയടിക്കും. മോശമായാൽ കൂകും. ഫീൽഡു ചെയ്യുന്ന എതിരാളികൾ തന്നെ തോൽപ്പിക്കുക എന്ന ഏകലക്ഷ്യത്തിലാണ്. തന്നെ വിലയിരുത്താൻ തന്റെ കളി സൂക്ഷ്മമായി നിരീക്ഷിച്ചുകൊണ്ടു നിൽക്കുന്ന അമ്പയറന്മാർക്ക് തന്നോടു വിരോധവുമില്ല. ഇഷ്ടവുമില്ല. ഇനി താൻ തനിയെ തീരുമാനമെടുക്കണം. ഈ പന്തിനെ എന്തുചെയ്യണം? വെറുതെവിടാം. ഡിഫൻഡു ചെയ്യാം. ഒന്നടിച്ച് ഒന്നോ രണ്ടോ റണ്ണെടുക്കാം. ബൗണ്ടറിയിലേക്ക് ഉരുത്താം. ഫോർ. സിക്സർ. പക്ഷേ, ശകലം തെറ്റിയാൽ

ഈ പന്തിനുതന്നെ ക്ലീൻ ബൗൾഡ് ആകാം. പൊങ്ങിപ്പോയി കാച്ച് ആകാം. എൽ ബി ഡബ്ല്യൂ ആകാം. തീർന്നു. കളിക്കളത്തിൽനിന്നും പുറത്തായി. ജീവിതം അവസാനിച്ചു. തനിക്ക് വാസ്തവത്തിൽ ആരും കൂട്ടില്ലായിരുന്നു. പിച്ചിൽ എതിർ സ്റ്റംപിനടുത്തു നിൽക്കുന്ന തന്റെ ടീമിലെ പാർട്ണർക്ക് മാക്സിമം സഹായിക്കാവുന്നത് തന്നെ റണ്ണൗട്ട് ആക്കാതിരിക്കാം എന്നതുമാത്രമാണ്.

ദി ഗ്ലോറിയസ് അൺസെർട്ടന്റ്സി ഓഫ് ക്രിക്കറ്റ്.

ജീവിതത്തിലെപ്പോലെ മഹത്തായ അനിശ്ചിതത്വം.

ഭാരതരത്നം നൽകി ആദരിക്കപ്പെടേണ്ടവനാണ് കളിക്കാരനും എന്ന് വ്യവസ്ഥാപിത പരമ്പരാഗത നേതൃത്വമനസ്സുകളെ ബോധവൽക്കരിച്ച സച്ചിൻ തെൻഡുൽക്കർ എന്ന ക്രിക്കറ്റുകളിക്കാരൻ തന്റെ വിടവാങ്ങൽ പ്രസംഗത്തിൽ പറഞ്ഞു,

"എന്റെ തട്ടകം ഈ ഇരുപത്തിരണ്ടു വാര പിച്ചാണ്. എനിക്കു ലഭിച്ച ബെസ്റ്റ് പാർട്ണർ എന്റെ ഭാര്യയും."

ഒരുപാട് ദൈവങ്ങളെ ആരാധിക്കുന്ന ഇന്ത്യൻ മനസ്സിന് ക്രിക്കറ്റ്മൈതാനം ഒരു കളിസ്ഥലമല്ല. ആരാധനാകേന്ദ്രമാണ്. അവിടെ ദൈവരൂപങ്ങളാണ് കളിക്കുന്നത്. അവരുടെ സ്ഥാനം നിർണ്ണയിച്ച് പീഠം നൽകുന്നത് കണക്കുകളാണ്. റണ്ണുകളുടെയും വിക്കറ്റുകളുടെയും കാച്ചുകളുടെയും എണ്ണമാണ് ഇവിടെ പ്രധാനം. അതെങ്ങനെനേടി, അത് ടീമിന്റെ താത്പര്യത്തിന് ഉതകിയോ, എന്നത് രണ്ടാമതേ വരുന്നുള്ളൂ. ക്രിക്കറ്റിന്റെ ജനപ്രിയത്തിന് കാരണവും ദൈവരൂപങ്ങളെ സൃഷ്ടിക്കാൻ ഈ കളിയിലെ കണക്കുകൾക്കുള്ള കഴിവാണ്.

ക്രിക്കറ്റിൽ മറ്റു ടീം ഗെയിമുകളിൽ വ്യക്തിഗതമെച്ചത്തിന് അമിതമായ സ്ഥാനമുണ്ട്. ടീമിനെക്കാൾ കളിക്കാർക്ക് പ്രാധാന്യം ലഭിക്കുന്ന ഏക ടീംഗെയിം ക്രിക്കറ്റാണ്. ഫുട്ബോളിൽ കളിക്കാരൻ അടിച്ച ഗോളുകളുടെ എണ്ണത്തിനപ്പുറം സാധാരണ ഫുട്ബോൾ ആരാധകന് സ്റ്റാറ്റിസ്റ്റിക്കൽ രേഖകൾ ലഭിക്കുന്നില്ല. മെസ്സിയുടെ ഗോളുകളുടെ എണ്ണമല്ലാതെ ഒരു പ്ലേമേക്കറുടെയോ ഡിഫൻഡറുടെയോ ഗോളടിക്കാൻ സൗകര്യമായ ഗ്യാപ്പ് ക്രിയേറ്റ് ചെയ്ത് പന്ത് പാസ് ചെയ്യുന്ന വിങ്ങറുടെയോ കളിയുടെ മേന്മ കണക്കിലൂടെ കൊണ്ടുവരാൻ സൗകര്യമില്ല. ഹോക്കിയിൽ ധ്യാൻചന്ദെന്ന സൂപ്പർ സെന്റർ ഫോർവേർഡ് ഒഴികെ മറ്റു കളിക്കാരാരും ഇന്ന് ഓർമ്മിക്കപ്പെടുന്നില്ല. കാരണം ധാരാളം ഗോളടിക്കുന്നവനെ മാത്രമേ കണക്കുകൾക്ക് കാണിച്ചുതരാൻ സാധിക്കൂ.

ക്രിക്കറ്റിൽ ഇത് വ്യത്യസ്തമാണ്. ഓരോ കളിക്കാരനും കണക്കുകളിലൂടെ ആരാധകരുടെ മനസ്സിൽ സ്ഥാനം പിടിക്കാം. കളിക്കാരൻ നേടിയ റണ്ണുകൾ, എടുത്ത വിക്കറ്റുകൾ, പിടിച്ച കാച്ചുകൾ, സ്റ്റംപിംഗ്,

ബൗണ്ടറി, സിക്സർ എന്നുവേണ്ട, ഓരോ പന്തും ഒരു ബൗളറുടെയും ബാറ്റ്സ്മാന്റെയും, ഒന്നോ രണ്ടോ ഫീൽഡറുടെയും കണക്കിൽ വരികയാണ്.

കളിയേക്കാൾ കണക്കിന് പ്രാധാന്യം ലഭിക്കുന്നു.

എളുപ്പമാണ്, ദൈവത്തെ കണ്ടുപിടിക്കാൻ.

താരമായി വാഴ്ത്താൻ.

ആദ്യത്തെ ക്രിക്കറ്റ്ദൈവം ഡബ്ല്യു ജി ഗ്രേസ് എന്ന അതികായനായ ഇംഗ്ലീഷുകാരൻ ഡോക്ടറായിരുന്നു. ഫുട്ബോളും മറ്റു ഫീൽഡ് കളികളും വച്ചുനോക്കുമ്പോൾ അറുബോറനായ ക്രിക്കറ്റിനെ ജനപ്രിയമാക്കി മാറ്റിയത് അദ്ദേഹമായിരുന്നു. പത്തൊമ്പതാംനൂറ്റാണ്ടിന്റെ അവസാനകാലം. ഇംഗ്ലണ്ടിലെ ലീഗ് കൗണ്ടി മാച്ചുകളിൽ സ്റ്റേഡിയത്തിന് പുറത്തെ ടിക്കറ്റ് കൗണ്ടറിൽ ഒരു ബോർഡ് വയ്ക്കും. ഡോക്ടർ ഡബ്ല്യു ജി ഗ്രേസ് ഇന്ന് കളിക്കുന്നുണ്ട്. അതുകൊണ്ട് ടിക്കറ്റ് റേറ്റ് ഇന്ന് നാലു ഫാർതിങ് ആണ്. സാധാരണ റേറ്റ് രണ്ടു ഫാർതിങ് ആയിരുന്നു.

ഒരിക്കൽ ഇത്തരമൊരു മാച്ചിൽ ഗ്രേസ് ആദ്യത്തെ പന്തിൽ ഔട്ടായി. കാണികൾ സ്തംഭിച്ചു. ഇനി കളി കണ്ടിട്ടെന്തു കാര്യം? അവർ വീട്ടിൽ പോകാൻ എഴുന്നേറ്റു. അല്പം ആലോചിച്ചുനിന്ന ഡബ്ല്യു ജി ഗ്രേസ് ക്രീസ് വിട്ടില്ല. അദ്ദേഹം അമ്പയറെ നോക്കി. പിന്നെ ബൗളറെ വിളിച്ചു പറഞ്ഞു,

"നീ പന്തെടുത്ത് ഇനിയും എറിയ്. നിന്റെ ഏറുകാണാനല്ല ഈ ആൾക്കാർ കാശുമുടക്കി സമയവും കളഞ്ഞ് ഇവിടെ വന്നിരിക്കുന്നത്. എന്റെ ബാറ്റിങ് കാണാനാണ്. ഉം. ക്വിക്ക്, സ്റ്റാർട്ട് എഗേൻ."

ഇന്ന് ക്രിക്കറ്റുകളി മൈതാനത്തിൽനിന്നും വീട്ടിനകത്ത് ലിവിങ് റൂമിലെ ടെലിവിഷൻ സെറ്റിലേക്കു മാറി. സ്ക്രീനിലാകെ ദൈവങ്ങളും ഉപദൈവങ്ങളും പണ്ഡിതരായ സ്വാമിമാരുടെ തത്വസമയകീർത്തനങ്ങളും പ്രവചനങ്ങളും ദേവദാസിനൃത്തങ്ങളും മൈതാനത്തിൽ പോകാതെ ദൈവങ്ങളെ കാണാനും അവരുമായി താദാത്മ്യം നേടാനും കാണികൾക്ക് ഇടയായി.

ഈയിടെവരെ സച്ചിൻ തെൻഡുൽക്കർ എന്ന ക്രിക്കറ്റിലെ ദൈവം കളിയിൽ ഔട്ടായിക്കഴിഞ്ഞാൽ മുത്തശ്ശിമാർ ടി വിയുടെ റിമോട്ടെടുത്ത് ചാനൽ മാറ്റും. ഇനിയെന്തു കളി കാണാൻ?

ഡബ്ല്യു ജിക്കുശേഷം ജനപ്രീതിയിൽ പിന്നോട്ടു മെല്ലെ നീങ്ങിയ ക്രിക്കറ്റിനെ അല്പം പിടിച്ചുയർത്തിയ പിന്നത്തെ ദൈവം ആസ്ത്രേലിയയുടെ ഡൊനാൾഡ് ബ്രാഡ്മാനായിരുന്നു.

1948 ലെ ഇംഗ്ലണ്ട്-ആസ്ത്രേലിയാ ആഷസ് സീരീസ്. ബ്രാഡ്മാൻ താൻ കളിയിൽനിന്നും ഈ കളിയോടെ വിരമിക്കുന്നു എന്ന് പ്രഖ്യാ

പിച്ച കഴിഞ്ഞു. ബ്രാഡ്മാന്റെ അവസാനത്തെ ടെസ്റ്റ്മാച്ച്. ഇംഗ്ലണ്ടിലെ പ്രസിദ്ധമായ ഓവൽ സ്റ്റേഡിയമാണ് രംഗം. അദ്ദേഹം ബാറ്റിങ്ങിനിറങ്ങുന്നു. വിൻസ്റ്റൺ ചർച്ചിൽ കഴിഞ്ഞാൽ അന്ന് ഇംഗ്ലീഷുകാർക്കുപോലും ബ്രാഡ്മാനാണ് താരം. അന്ന് അദ്ദേഹത്തിന്റെ ബാറ്റിംഗ് ആവറേജ് 101.39 ആണ്. 100 ന മേൽ ആവറേജോടെ വിരമിക്കും. ഒരു സംശയവുമില്ല. സ്റ്റേഡിയത്തിലെ കാണികളാകെ എഴുന്നേറ്റുനിന്ന് ആരവത്തോടെ അദ്ദേഹത്തെ ആദരിച്ചു. ഫീൽഡിൽ കാത്തുനിന്ന ഇംഗ്ലണ്ട് കളിക്കാർ കൈയടിച്ച് അദ്ദേഹത്തെ പിച്ചിലേക്ക് സ്വാഗതംചെയ്തു. ബ്രാഡ്മാൻ റെഡിയായി. ബൗളറെ നോക്കി. ഫീൽഡിങ് പൊസിഷനുകൾ വീണ്ടും ചെക്കുചെയ്തു. അത്ര പ്രഗത്ഭനല്ലാത്ത റിസ്റ്റ് സ്പിന്നർ എറിക്ക് ഹോളീസായിരുന്നു ബൗളർ. ആദ്യത്തെ പന്ത് ബ്രാഡ്മാൻ വെറുതെ വിട്ടു. രണ്ടാമത്തേത് സൂക്ഷ്മതയോടെ ബാറ്റ് താഴ്ത്തി മുന്നിലേക്ക് പുഷ് ചെയ്തു. പക്ഷേ, അതൊരു ഗൂഗ്ലിയായിരുന്നു. ബ്രാഡ്മാന്റെ ബാറ്റിനെ ഉരുമ്മാതെ വെട്ടിച്ച് പന്ത് സ്റ്റമ്പിൽ ചെന്നുതട്ടി. ബെയിൽസ് താഴെ തെറിച്ചുവീണു.

ബ്രാഡ്മാൻ വിശ്വസിക്കാനാകാതെ സ്റ്റമ്പിലേക്കു നോക്കി.

ക്ലീൻ ബൗൾഡ്. പൂജ്യത്തിന്. രണ്ടാംപന്തിൽ.

ബ്രാഡ്മാന്റെ ബാറ്റിംഗ് ആവറേജ് നേരെ 100 ന് താഴേക്കുവീണു.

101.39 ൽനിന്ന് അത് 99.94 ലെത്തി.

ഇന്നും 100 എന്ന ടെസ്റ്റ് ശരാശരി ഒരു അപ്രാപ്യ അവിശ്വസനീയ കടമ്പയായി കളിക്കാരുടെ നേരെ നിൽക്കുന്നു.

ക്രിക്കറ്റ് കണക്കുകൾ കാണാപ്പാഠമായ ഭ്രാന്തന്മാർ മാത്രമല്ല, എല്ലാ ക്രിക്കറ്റ് പ്രേമികളും പറയുമായിരുന്ന ക്രിക്കറ്റ് ഇതിഹാസമായ ഡൊണാൾഡ് ബ്രാഡ്മാന്റെ ടെസ്റ്റ് ക്രിക്കറ്റിലെ ഇന്നും ആരും മറികടക്കാത്ത ശരാശരി 99.94 റൺസാണ് ശരിക്കും ക്രിക്കറ്റുകളിക്കാരന്റെ ബാറ്റിങ് കഴിവിന്റെ കടമ്പയെന്ന്.

ബ്രാഡ്മാനെ ബാറ്റിങ് കലയുടെ ആകർഷണീയതയിൽ കടത്തിവെട്ടാനോ പിന്നീട് ആധുനിക റോളർ പിച്ചുകളും താരതമ്യേന ചെറിയ ബൗണ്ടറി അതിരുകളും എതിരാളിയുടെ കളിയെ സൂക്ഷ്മമായി അപഗ്രഥിക്കുന്ന ടെക്നോളജിയും ഉണ്ടായിട്ടും അദ്ദേഹത്തിന്റെ ബാറ്റിങ് ശരാശരിയെ മറികടക്കാൻ പോയിട്ട് നാലയലത്തെത്താൻപോലും ഒരു ബാറ്റ്സ്മാനും കഴിഞ്ഞിട്ടില്ല.

ബ്രാഡ്മാനുതാഴെ പൊള്ളോക്കും ഹെഡ്ലിയും സറ്റ്ക്ലിഫും 61 നടുത്ത് ശരാശരിയുമായി രണ്ടും മൂന്നും നാലും സ്ഥാനത്താണ്. നമ്മുടെ ടോപ് സച്ചിൻ തെൻഡുൽക്കറാണ്, 55 നടുത്ത്. പതിനാറാം സ്ഥാനത്ത്. തൊട്ടടുത്തുള്ള ഇന്ത്യൻ കളിക്കാരൻ സച്ചിനൊപ്പം ഹൈസ്കൂൾ ടീമിലെ കൂട്ടുകാരൻ വിനോദ് കാംബ്ലിയും പക്ഷേ, ഈ ശരാശരിക്കണ

ക്ക് സച്ചിൻ ക്രിക്കറ്റുകളിയുടെ അന്തസ്സത്തയിലെ പ്രധാന എന്ന അംശം എന്നനിലയിൽനിന്ന് മാറ്റി. മനഃപൂർവമായിരുന്നില്ല. അത് നൈസർഗ്ഗികമായി ലഭിച്ച സിദ്ധിയെ ബാറ്റിങ് കലയുടെ എല്ലാ സാദ്ധ്യതകളിലും സന്നിവേശിപ്പിച്ച് സാധനയുടെയും ഏകാഗ്രതയുടെയും മൂർത്തീഭാവത്തിലൂടെ ആരാധകർക്ക് നൽകിയതുകൊണ്ടാണ്. അവർ സച്ചിനെ തങ്ങളുടെ പ്രിയപ്പെട്ട ദൈവമാക്കി.

ലിവിംഗ്റൂമിലെ വിനോദമായില്ലെങ്കിൽ ക്രിക്കറ്റിന് വംശനാശം സംഭവിക്കുമെന്ന നിലവന്നപ്പോൾ ക്രിക്കറ്റുകളിയുടെ രൂപം മാറി. ഭാവം മാറി. നിയമം മാറി. ചാനലുകളും പരസ്യക്കമ്പനികളും രാഷ്ട്രീയ വാണിജ്യ വ്യവസായരംഗത്തെ വൻകൂട്ടുകെട്ടുകളും മാഫിയകളും ഈ പൺഡോരാ ബോക്സിലേക്ക് ആവേശപൂർവ്വം കുതിച്ചുകയറി. പക്ഷേ, ആൾക്കാർക്ക് കളി ആകർഷകമായിരിക്കണം. അതാണ് ഈ മാറ്റത്തിന്റെ ഊർജ്ജം. കാണികളെ ടെലിവിഷനു മുമ്പിലോ സ്റ്റേഡിയത്തിലോ പിടിച്ചിരുത്താൻ പറ്റിയില്ലെങ്കിൽ കളിയില്ല.

സച്ചിൻ ബാറ്റുചെയ്യാനിറങ്ങുമ്പോൾ മുതൽ കാണികളുടെ പ്രാർത്ഥന സച്ചിൻ ഔട്ടാകരുതേ എന്നായിരുന്നു. സച്ചിൻ തെരഞ്ഞെടുക്കുന്ന ഒരോ ഷോട്ടും മറ്റു കളിക്കാർക്കും അറിയാവുന്നതാണ്. പക്ഷേ, സച്ചിൻ ബാറ്റിങ്ങിനെ ഒരു കലയാക്കിമാറ്റി. കണ്ണു ചിമ്മുന്നതിനിടയിൽ ബൗളറുടെ വിരലിനടുത്തുകൂടി നേരെയുള്ള സൈറ്റ് സ്ക്രീനിലെത്തുന്ന സ്ടെയിറ്റ് ഡ്രൈവും, പന്ത് അടിക്കാൻ ശ്രമിക്കാതെ വിട്ടുകഴിഞ്ഞു എന്നു നമുക്കു തോന്നിച്ച് പെട്ടെന്ന് അവസാന ഞൊടിയിടയിൽ ബാറ്റിന്റെ മുനകൊണ്ട് ഫ്ലിക്കു ചെയ്ത് പന്ത് ബൗണ്ടറിയിലെത്തിക്കുന്ന ലേറ്റ് കട്ടും എല്ലാം ബാറ്റിങ്ങിനെ സച്ചിൻ ഒരു കലയാക്കി മാറ്റിയപ്പോൾ സംഭവിച്ചതാണ്.

കണക്കുകളുടെ കളിയാണ്. മേൽപ്പറഞ്ഞ ശരാശരിയും മറ്റുചില നീണ്ട ഇന്നിംഗ്സുകളും ഒഴിച്ചാൽ ക്രിക്കറ്റിലെ ഒരുമാതിരി എല്ലാ ബാറ്റിങ് റെക്കാർഡുകളും സച്ചിന്റേതാണ്. പക്ഷേ, റെക്കാർഡിൽ മാത്രം ഒതുങ്ങുന്നവനായിരുന്നില്ല സച്ചിൻ.

ക്രിക്കറ്റ് ഒരു ജെന്റിൽമാൻസ് ഗെയിമാണ്. മാന്യന്മാരുടെ കളി. അതിപ്രശസ്തരായ നേതാക്കൾ, രാഷ്ട്രീയത്തിലും ബിസിനസ്സിലും കലയിലും കളിയിലുമെല്ലാം പറയുന്ന ഒരു വാചകമുണ്ട്. ഞങ്ങളുടെ സ്വകാര്യജീവിതം ദയവുചെയ്ത് പരസ്യമാക്കരുത്. പക്ഷേ, ഇവരെ റോൾമോഡലാക്കിക്കൊണ്ടാണ് വരുംതലമുറ വളരുന്നത്. നേതാക്കളുടെ സ്വകാര്യജീവിതവും പൊതുജീവിതംപോലെ സംശുദ്ധമായിരിക്കണം. സച്ചിനാണ് അതിന് ഏറ്റവുംനല്ല ഉദാഹരണം.

സച്ചിൻ തെൻഡുൽക്കറുടെ ജീവിതത്തോടുള്ള ലളിതമായ സമീ

പനം അദ്ദേഹം പറയുകയുണ്ടായി,

"എനിക്കാകെ അറിയാവുന്നത് ക്രിക്കറ്റാണ്. ഞാൻ അതിൽമാത്രം ഫോക്കസ് ചെയ്യുന്നു. ബാക്കിയെല്ലാം അനുബന്ധങ്ങളാണ്. അവ താനെ രൂപപ്പെട്ടുകൊള്ളും. എനിക്ക് എന്റെനേരെ ബൗൾ ചെയ്തുവരുന്ന പന്ത് നേരിടാൻ അര സെക്കന്റുപോലും സമയം കിട്ടുകയില്ല. അപ്പോഴെനിക്കു മറ്റെന്തിനെക്കുറിച്ചെങ്കിലും ചിന്തിക്കാൻ പറ്റുമോ? ഇല്ല. എന്റെ ഉപബോധമനസ്സ് താനെ എന്നെ നയിക്കും. പക്ഷേ, ഞാൻ ഉപബോധമനസ്സിനെ നിരന്തരമായ പരിശീലനത്തിലൂടെ ഞൊടിയിടയിൽ തീരുമാനമെടുക്കാൻ തയ്യാറാക്കി നിർത്തിയിരിക്കണം. അത് ഞാൻ വാശിയോടെ ട്രെയിനിങ്ങിലൂടെ കൈവരിക്കണം. എന്റെ അസ്വസ്ഥത എനിക്ക് എന്റെ മനസ്സിനൊപ്പം ശരീരത്തെ റെഡിയാക്കി നിർത്താനൊക്കുമോ എന്നതിലാണ്."

വിജയം എന്നത് ഒരു നീണ്ട പ്രക്രിയയാണ്. അതിനിടെ ചിലർ കല്ലെടുത്തെറിയും. സച്ചിൻ ആ കല്ലുകളെ നാഴികക്കല്ലുകളാക്കി മാറ്റി.

തളികയിൽവച്ച് നീട്ടിയ ഒന്നായിരുന്നില്ല, സച്ചിന്റെ സൂപ്പർ താരപദവി. കഠിനാദ്ധ്വാനവും ക്ഷമയും മനക്കരുത്തുംകൊണ്ട് വെല്ലുവിളികളും പീഡനങ്ങളും ആരോപണങ്ങളും അതിജീവിച്ച് നേടിയെടുത്തതാണത്. സെഞ്ച്വറി, നൂറു റൺ എന്ന കടമ്പ, നേടുകയാണ് ഓരോ കളിയിലും ബാറ്റ്സ്മാന്റെ ആദ്യ ടാർഗറ്റ്. 27 തവണ 90 റൺസിനപ്പുറമെത്തിയിട്ടും 100 കാണാതെ പുറത്തായ വേദന, സ്വന്തം തട്ടകമായ മുംബൈയിലെ വാൻഖഡെ മൈതാനിയിൽ കാണികളുടെ കൂക്കുവിളി, ചങ്കുതകർന്ന് പിന്നീട് അഗ്നിയിൽ ആ ചങ്കിനെ പൂർവ്വാധികം ശക്തിയോടെ സജ്ജമാക്കാമെന്ന് തെളിയിച്ച സമർപ്പണം.

ഒരേസമയം ക്രിക്കറ്റ് കളിക്കാരനും സൂപ്പർ ബാറ്റ്സ്മാനും ആരാധനാമൂർത്തിയും പബ്ലിക്ക് ഫിഗറും ബ്രാൻഡ് ഐക്കണുമായി നിലകൊള്ളാൻ കഴിയുമെന്നു കാണിച്ച സച്ചിനെ ഒറ്റവാക്കിൽ വിശേഷിപ്പിക്കാം.

'ദി റിയൽ സ്പോർട്സ്മാൻ.'

എന്റെ ഫുട്ബോളും ഞാനും

ഫുട്ബോളാണ് ലോകത്തിലെ മിക്കവാറും എല്ലാ രാഷ്ട്രങ്ങളിലും പ്രചാരമുള്ള കളി. ഫുട്ബോൾ ലോകറാങ്കിങ്ങിൽ ഇന്ത്യയുടെ സ്ഥാനം നൂറിലും വളരെ താഴെയാണ്. എങ്കിലും വേൾഡ് കപ്പ് ആവേശം നമ്മളെ ടി വിയിലെ ഫുട്ബോൾ കാണികളുടെ നമ്പറിൽ ആദ്യത്തെ പത്തിൽ പെടുത്തും.

പക്ഷേ, ഇന്നും കോമൺവെൽത്ത് രാജ്യങ്ങളിൽമാത്രം പ്രചാരമുള്ള ക്രിക്കറ്റിനെ ജനപ്രിയതയിൽ മറികടക്കാൻ ഫുട്ബോളിന് കഴിഞ്ഞിട്ടില്ല.

എന്താണിതിന് കാരണം?

പണ്ട് കണ്ട ഒരു ടെലിവിഷൻ ദൃശ്യമാണ്. ബ്രിട്ടീഷ് ബ്രോഡ്കാസ്റ്റിംഗ് കമ്പനിയുടെ (ബി ബി സി) ടി വി അഭിമുഖമാണ്. വിവിധ മേഖലകളിലെ ലോകോത്തരതാരങ്ങളുടെ ഒരു അംഗീകാരമായി ഇന്നും കണക്കാക്കുന്ന ഒരു അളവുകോൽ. നമ്മുടെ അമിതാഭ് ബച്ചനുമായി അത്തരം ഒരു അഭിമുഖം.

ചോദ്യം.

താങ്കൾ അഭ്യസ്തവിദ്യനാണ്. ബുദ്ധിജീവിയാണ്. താങ്കൾക്ക് സാമൂഹ്യപ്രതിബദ്ധതയുണ്ട്. ജനം താങ്കളെ അനുകരിക്കുന്നു. താങ്കൾ അവർക്ക് റോൾമോഡലാണ്. ആ താങ്കൾ ഇന്നഭിനയിക്കുന്ന യാഥാർത്ഥ്യവുമായി പുലബന്ധം പോലുമില്ലാത്ത വേഷങ്ങളിൽ പ്രത്യക്ഷപ്പെടുമ്പോൾ ഒരു കുറ്റബോധം തോന്നാറില്ലേ?

അദ്ദേഹം മറുപടി പറഞ്ഞു.

സാധാരണ ഇന്ത്യക്കാരന് മനസ്സിന് സന്തോഷം നൽകുന്നത് സ്വപ്നങ്ങളാണ്. അവനറിയാം. ആ സ്വപ്നമൊന്നും സാക്ഷാൽക്കരിക്കാൻ പോകുന്നില്ല എന്ന്. പക്ഷേ, അവന് സ്വപ്നം കാണണം. സ്വപ്നത്തിലെങ്കിലും അവന്റെ ആഗ്രഹങ്ങൾ പൂർത്തീകരിക്കണം. ഞാനതിന് സഹായിക്കുന്നു. അത്രമാത്രം.

താങ്കൾ സ്വപ്നം സാക്ഷാൽക്കരിക്കുന്ന ദൈവമായി മാറുന്നു.

ശരിയാണ്.

എനിക്കൊരു ഫുട്ബോൾ ദൈവത്തെ വേണം.

എന്റെ ഫുട്ബോൾ പ്രേമം തുടങ്ങിയത് മാവേലിക്കര ഗവൺമെന്റ് ഹൈസ്ക്കൂളിൽ പ്രിപ്പറേറ്ററി ക്ലാസിൽ (ഇന്നത്തെ അഞ്ച്) ചേർന്നതു മുതൽക്കാണ്. അന്ന് ഞങ്ങൾ താമസിച്ചിരുന്ന അച്ഛന്റെ ജന്മനാടായ ചെന്നിത്തലയിൽ വെട്ടത്തുവിള പ്രൈമറി സ്ക്കൂളിലെ നാലാംക്ലാസു കഴിഞ്ഞാൽ അടുത്ത് തൃപ്പെരുന്തുറ ഒമ്പതാംക്ലാസുവരെയുള്ള മലയാളം സ്ക്കൂളേ ഉള്ളൂ. എട്ടു വയസ്സായിട്ടില്ലാത്ത എന്നെ, പിന്നെ മൂന്നു മൈലകലെയുള്ള മാന്നാറിലെ ഇംഗ്ലീഷ് സ്ക്കൂളുവരെ അയക്കാൻ അച്ഛന് മനസ്സു വന്നില്ല. അച്ഛൻ വക്കീലായി പ്രാക്ടീസ് ചെയ്തിരുന്ന മാവേലിക്കരയ്ക്ക് താമസംമാറ്റി. അവിടെ വച്ചാണ് ഫുട്ബോൾ എന്റെ കൂട്ടുകാരനായത്.

അക്കാലത്ത് തിരുവിതാംകൂറിൽ ഇംഗ്ലീഷ് സ്ക്കൂളിൽ പ്രിപ്പറേറ്ററി കഴിഞ്ഞ് ക്ലാസല്ല, ഫോമാണ്. ഫസ്റ്റ്ഫോം മുതൽ സിക്സ്ത്ത്ഫോം വരെ. ആറുകൊല്ലം. അങ്ങനെ പതിനൊന്നുവർഷമാണ് ഇംഗ്ലീഷ് സ്ക്കൂൾ. മലയാളം സ്കൂളാണെങ്കിൽ അതിലെ ഉയർന്ന ക്ലാസായ ഒമ്പതു പാസായവർക്ക് ഇംഗ്ലീഷ്സ്കൂളിൽ ഉപരിപഠനത്തിനായി ഫോർത്ത് ഫോറത്തിൽ ചേരാം, അവർക്ക് അങ്ങനെ പന്ത്രണ്ടുവർഷമാണ് സ്കൂൾ. ഞാൻ തേർഡും ഫോർത്തും മുത്തശ്ശിയുടെ കൂടെ വാരനാട്ട് അമ്മയുടെ തറവാട്ടിൽ താമസിച്ച് ചേർത്തല ബോയ്സ് ഹൈസ്ക്കൂളിൽ പഠിച്ചു. മാവേലിക്കരയിലെ ഉറച്ച ഗ്രൗണ്ടിലെ റബ്ബർപന്തു ഫുട്ബോളിൽനിന്നും ചേർത്തലയിലെ വെളുത്ത പൂഴിമണ്ണിലെ ചെറിയ സൈസിലുള്ള കാറ്റുനിറച്ച തുകൽപ്പന്തിലേക്ക് ഞാൻ വളർന്നു. ഫിഫ്ത്തിലും സിക്സ്ത്തിലും ഞാൻ തിരിച്ചു ചെന്നിത്തലയിലെത്തി. സൈക്കിൾ ചവിട്ടാൻ പഠിച്ചു. മാന്നാർ സ്കൂളിലേക്ക് പക്ഷേ, നടന്നുതന്നെയാണ് പോയിരുന്നത്. മാന്നാർ എൻ എസ് ഹൈസ്കൂൾ ഫുട്ബോൾ ടീം അന്ന് മദ്ധ്യതിരുവിതാംകൂറിലെ സ്കൂൾ ചാമ്പ്യന്മാരായിരുന്നു. ഞാൻ ടീമിൽ കയറാൻ എത്രശ്രമിച്ചിട്ടും അതിന്റെ അരികത്തുപോലും എത്താൻ കഴിഞ്ഞില്ല. സ്കൂൾവിട്ട് പിന്നെ തിരുവനന്തപുരത്തും ആലപ്പുഴയിലും കോളേജുകളിൽ ടേബിൾ ടെന്നീസും ക്രിക്കറ്റും ഹോക്കിയും ടെന്നീസും ബാറ്റ്മിന്റനും എനിക്കുവേ

ണ്ടി കാത്തിരുന്നു. അവിടെ ഫുട്ബോളിന് സമയം കിട്ടിയില്ല. പക്ഷേ, ഫുട്ബോളിനോടുള്ള ബാല്യകാലപ്രേമം ഉമിത്തീപോലെ ഉള്ളിൽക്കിടന്നു. ഇന്ത്യൻ ഫുട്ബോളിലെ സൂപ്പർ സെന്റർ ഫോർവേർഡായിരുന്ന മേവാലാലായിരുന്നു സുഭാഷ്ചന്ദ്രബോസിനോടൊപ്പം എന്റെ ഹീറോ.

കോളേജുംവിട്ട് ഉത്തരേന്ത്യയിൽ ജോലിയായി. അവിടെ ഫുട്ബോൾ വീണ്ടും ആവേശമായി. അന്ന് ഒരുസെറ്റ് ഫുട്ബോൾ ബൂട്ട്സും വാങ്ങി.

ഇരുപത്തിനാലാം വയസ്സിൽ രാജ്കോട്ടിലെ മൈതാനത്തുവച്ച് ഒന്നു ഹെഡ് ചെയ്യാൻ ചാടിയതാണ്. മുട്ടുതിരിഞ്ഞ് താഴെവീണു. രണ്ടുമാസം. ഗ്വാളിയറിലെ ചികിത്സ. അവസാനം എന്റെ ഫുട്ബോൾ പ്രേമം ഇന്നും ഇടയ്ക്കിടയ്ക്ക് ഓർമ്മിപ്പിക്കുന്നത് ആ വീഴ്ച നൽകിയ കാൽമുട്ട് വേദനവഴി നടപ്പിലെ അനായാസമായിരുന്ന സമവാക്യത്തിന് കിട്ടാറുള്ള നേരിയ വ്യതിയാനവ്യത്യാസത്തിലാണ്.

പക്ഷേ, ഫുട്ബോൾ എന്റെ മനസ്സുകൂടിയാണ്.

എന്റെ ഓഹരി നോവലിൽ ഞാൻ എറണാകുളത്തെ പ്രഗത്ഭനായ ഷെയർ ബ്രോക്കർ സക്കറിയായെ മാന്നാർ സ്കൂളിലെ മുൻ ഫുട്ബോൾ താരമായാണ് അവതരിപ്പിച്ചത്.

ഞാൻ ഫുട്ബോൾകളിയെ പശ്ചാത്തലമാക്കി ഈ നൂറ്റാണ്ടിന്റെ തുടക്കത്തിൽ *മാതൃഭൂമി* സ്പോർട്സ് മാസികയ്ക്കുവേണ്ടി ഒരു നോവൽ, *ഗോൾ*, രചിച്ചിരുന്നു. അത് കൊച്ചിയിൽ ഒരു പ്രൊഫഷണൽ ഫുട്ബോൾ ടീം ഉണ്ടാകുന്നതിനെക്കുറിച്ചുള്ള എന്റെ സ്വപ്നകഥയായിരുന്നു.

എനിക്ക് കൊച്ചി ടീമിൽ ഫുട്ബോൾ ലോകകപ്പ് കളിച്ച ഒരു മലയാളിയെ വേണം. ഇല്ലാതെ പറ്റില്ല. ഞാൻ കഥാപാത്രത്തെ തേടി.

ലോകത്ത് ആദ്യത്തെ കഥ പിറന്നതിന്റെ കഥ ഭാരതീയപുരാണത്തിലെ ഏറ്റവും തിളങ്ങുന്ന മുത്താണ്. ശ്രീ പരമേശ്വരൻ കൈലാസത്തിൽ നിന്നിറങ്ങി ഈരേഴുപതിന്നാല് ലോകവും ചുറ്റി തിരിച്ചെത്തുമ്പോൾ തന്റെ യാത്രാനുഭവങ്ങൾ ശ്രീപാർവതിയോട് പറയുന്ന പതിവുണ്ടായിരുന്നു. പക്ഷേ, ഈ വിരസമായ വാർത്താബുള്ളറ്റിൻ കേട്ടുകേട്ടു മടുത്ത ശ്രീപാർവതി ഒരുദിവസം ഭർത്താവിനോട് അഭ്യർത്ഥിച്ചു. ഈ വിവരണം വിട്ട് ഒരു കഥയുണ്ടാക്കി പറയൂ. സംഭവം നടന്നതാണെന്ന് തോന്നണം. പക്ഷേ, നടന്നതായിരിക്കരുത്. പുതുമയുള്ളതായിരിക്കണം. കേൾക്കാൻ രസമുണ്ടായിരിക്കണം. നൃത്തവും സംഗീതവും ആയുധവിദ്യയും മാത്രമല്ല, എല്ലാ കലകളിലും അതിനിപുണനായിരുന്ന പരമശിവൻ ഒരു പുതിയ സംവേദനകലയ്ക്ക് രൂപംനൽകി. കഥാരചന. അദ്ദേഹം കഥാപാത്രങ്ങളെ സൃഷ്ടിച്ച് കഥപറയാൻ തുടങ്ങിയത്രെ.

കഥപറച്ചിലിന്റെ അടിസ്ഥാനശിലയാണ് ഈ കഥാപാത്രസൃഷ്ടി.

കുറെ തേടി. അവസാനം ഐഡിയ കിട്ടി.

എന്റെ കൂടെ ഗ്വാളിയറിലുണ്ടായിരുന്ന സുഹൃത്ത് ചങ്ങനാശ്ശേരിക്കാരൻ കല്യാണസുന്ദരം തന്റെ വെസ്റ്റ് ഇൻഡീസിലെ ജമൈക്കയിൽ ജോലിചെയ്തിരുന്ന സഹോദരനെ ഒരിക്കൽ പരിചയപ്പെടുത്തിയിരുന്നത് ഓർമ്മവന്നു. ഞാൻ അദ്ദേഹത്തെ കഥാപാത്രമാക്കി. ചങ്ങനാശ്ശേരിക്കു പകരം മാവേലിക്കര പടിഞ്ഞാറേനടയിലെ കുനിപ്പിടിച്ച ഒരു അഗ്രഹാരത്തിലെ പട്ടരുകുട്ടിയാക്കി. ഞാൻ ആദ്യമായി ഫുട്ബോൾ കണ്ട മാവേലിക്കര ഗവൺമെന്റ് ബോയ്സ് ഹൈസ്കൂൾ ഗ്രൗണ്ടിലാണ് അയാളും ഫുട്ബോൾ കണ്ടത്. എന്നിട്ട് പുള്ളിക്കാരനെ ജമൈക്കയിലെത്തിച്ച് നാലു തലമുറയായി അവിടെയുള്ള ഗുജറാത്തി പട്ടേൽ കുടുംബത്തിലെ ഒരു പെണ്ണിനെ പ്രേമിപ്പിച്ച് കെട്ടിപ്പിച്ച കഥയുണ്ടാക്കി. അവരുടെ മകൻ നാരായണനെ നരേൻ എന്ന ഫുട്ബോൾ കമ്പക്കാരനാക്കി. മലയാളം പറയാനറിയാവുന്ന നരേനെ ലോകകപ്പു കളിച്ച ജമൈക്കൻ ഫുട്ബോൾടീമിൽ ഞാൻ ബഞ്ചിലിരുത്തി. ഫ്രാൻസിലെ ലയോണിൽ പണ്ടുനടന്ന ജപ്പാനെ തോൽപ്പിച്ച ഒന്നാം റൗണ്ട് ഗ്രൂപ്പുകളിയിൽ കുറച്ചു നേരം കളിപ്പിച്ചു. കഷ്ടിച്ച് സംഭവ്യവും വിശ്വസനീയവുമായ കഥയാക്കി ഞാൻ വേൾഡ്കപ്പ് കളിക്കുന്ന ആദ്യത്തെ ഇന്ത്യക്കാരനായി മലയാളി നരേനെ കൊച്ചിയിലെത്തിച്ചു.

ഫുട്ബോളിനെ ഒരു വെറും കളിയായാണ് നമ്മളിൽ പലരും കാണുന്നത്. അക്ഷരാഭ്യാസം വിദ്യാഭ്യാസമാണെന്ന് തെറ്റായി ധരിച്ചിരിക്കുന്ന നാം ഫുട്ബോൾ കമ്പത്തെ പുച്ഛിക്കുന്നു. വാസ്തവത്തിൽ നമുക്ക് ഏറ്റവും പ്രയോജനപ്രദമായ അറിവുനൽകുന്ന പഠനഗ്രന്ഥമാണ് ഫുട്ബോൾ.

ഒരു സിനേറിയോ.

ഫുട്ബോൾകളിയുടെ എക്കാലത്തെയും രാജാവ്, പെലെ, ബ്രസീൽ നാഷണൽ ടീമിലേക്ക് തെരഞ്ഞെടുക്കപ്പെട്ടപ്പോൾ അദ്ദേഹത്തിന് പതിനാറുവയസ്സേ പ്രായമുണ്ടായിരുന്നുള്ളു. പതിനേഴാംവയസ്സിൽ 1958 ലെ വേൾഡ്കപ്പ് ഫൈനൽസിൽ രണ്ടു ഗോളടിച്ചാണ് തുടക്കം. നാലു വർഷത്തിനുശേഷം ചിലിയിൽ നടന്ന വേൾഡ്കപ്പിൽ കഴലയ്ക്കു പറ്റിയ പരുക്കുമൂലം കളിക്കളത്തിന് പുറത്തിരിക്കേണ്ടിവന്നു. ബ്രസീൽ അന്നും ലോകചാമ്പ്യന്മാരായി. 1966 ലെ ലോകകപ്പിൽ ഒരു പോർട്ടുഗീസ് ഡിഫൻഡറുടെ ബൂട്ട്സിനടിയിലെ കൂർത്ത ആണികൾ പെലെയെ കളിക്കളത്തിൽനിന്നും ആശുപത്രിയിലേക്കുമാറ്റി. നാലുവർഷം കഴിഞ്ഞ് മെക്സിക്കോയിൽ പെലെ ഫുട്ബോൾകളിക്ക് പുതിയ ഭാഷ്യം നൽകി. സാംബാ നൃത്തംപോലെ മനോഹരമാണ് ഫുട്ബോളും എന്ന് ലോകത്തെ കാട്ടി. ഒരു ഒറ്റയാൾ പ്രകടനം. രണ്ടാഴ്ച നീണ്ടുനിന്ന ആ മാസ്മരികപ്രകടനത്തിന്റെ അവസാനം വീണ്ടും ബ്രസീലിന് കിരീടവും.

ഇനി പെലെ നൽകിയ പാഠം.

പന്ത് പെലെയുടെ കാലിലാണ്. ഗോളിലേക്ക് മുപ്പതുമീറ്റർ അകലമുണ്ട്. മുന്നിൽ മൂന്ന് എതിർകളിക്കാർ. പിന്നിൽനിന്ന് ഓടിയടുക്കുന്ന രണ്ടുപേർ. ഇവരിൽ കറുത്തവരും വെളുത്തവരും തവിട്ടുനിറക്കാരുമുണ്ട്. ഇവരുടെ ഭാഷ വ്യത്യസ്തമാണ്. ഇവരിൽ കുള്ളനും പൊക്കക്കാരനുമുണ്ട്. പതിനെട്ടുകാരനും നാല്പതുകാരനുമുണ്ട്. ഇവരുടെ ജാതിയും മതവും ദൈവവും വിഭിന്നമാണ്. പെലെയ്ക്ക് ഇവരെ വെട്ടിച്ച് ഗ്യാപ്പിലൂടെ ഗോളിലേക്ക് നീട്ടി അടിക്കാൻ ശ്രമം നടത്താം. 30 ശതമാനം ചാൻസ്. പന്തു പൊങ്ങിയാൽ ഗോൾകീപ്പർ പിടിച്ചേക്കും. അതിന് 80 ശതമാനം ചാൻസ്. ഗ്രൗണ്ട് ഷോട്ടായാൽ ചാൻസ് 50 ആയി കുറയും. റിസ്കാണ്. പക്ഷേ, അടിക്കണം. അടിച്ചില്ലെങ്കിൽ ഇവർ പിടിച്ചോ ചവുട്ടിയോ നിലത്തിടും. പക്ഷേ, അടിച്ച് ഗോളായാൽ സൂപ്പർ. ഇനി നാലുമിനിട്ടേയുള്ളൂ കളിതീരാൻ. ഇത് ഗോളായില്ലെങ്കിൽ ടീം സമനിലയിൽ. പെലെ ബാക്ക് പാസുചെയ്തു. സ്റ്റോപ്പർ, മിഡ്ഫീൽഡർ, ഇന്നത്തെ പ്ലേ മേക്കർ, തിരിച്ച് പെലെയ്ക്ക് ടാപ്പുചെയ്തു. ഇപ്പോൾ ഡിഫന്റ് ചെയ്തിരുന്നവർ ചിതറി. പക്ഷേ, ഗോളിലേക്കുള്ള ആംഗിളിൽ ഇനി രണ്ടുപേരുണ്ട്. ഇനി ചാൻസ് 40 ശതമാനം. പെലെയ്ക്ക് തീർച്ചയാണ്. ഇനി ഇത്തരം ചാൻസുണ്ടാകാൻ സാദ്ധ്യതയില്ല. പക്ഷേ, അദ്ദേഹം പന്തുപൊക്കി മാർക്കുചെയ്യാതെ പൊസിഷൻ മാറിവരാവുന്ന വിൻഗർക്ക് നീട്ടിയടിച്ചു. ഒരു നിമിഷം. കണക്റ്റിംഗ് ഷോട്ട്. ആ ടീംമേറ്റ് അടിച്ച പന്ത് തടുക്കാനുള്ള കാൽനിമിഷം ഗോൾകീപ്പർക്കു ലഭിച്ചില്ല. ഗോൾ. ആരവം. പെലെയുടെ ബ്രസീൽ വിജയിച്ചു. പെലെയ്ക്ക് താൻ ഗോളടിച്ചാൽ കിട്ടുമായിരുന്ന മേന്മ കിട്ടിയില്ല. പക്ഷേ, പാസ് ഗോളായിരുന്നില്ലെങ്കിൽ ടീം ജയിക്കില്ല. അത് തനിക്കും പരോക്ഷമായി കടുത്ത നഷ്ടമാണ്.

സംഘർഷത്തിലെ സമവായം. അന്തിമമായി ആലോചിച്ചാൽ സമൂഹജീവികളായ നമ്മുടെ എല്ലാ പ്രവർത്തനങ്ങളും ഇതുപോലെതന്നെയാണ്. നമുക്കു ജയിക്കാം. പക്ഷേ, നമ്മുടെ ടീം തോറ്റാൽ നമ്മുടെ സമൂഹമാണ് തോൽക്കുന്നത്. സ്വാർത്ഥം വിജയിക്കും. അത് തെറ്റാണ്.

കാലംമാറി. കഥ യാഥാർത്ഥ്യമായി. കൊച്ചിയിൽ കേരളത്തിന്റെ സ്വന്തം ഇന്റർനാഷണൽ പ്രൊഫഷണൽ ഫുട്ബോൾടീം ഇന്ന് കളിക്കുന്നു. ഞാനാകെ ത്രില്ലിലാണ്. എന്റെ എറണാകുളം ക്ലബ്ബും സ്കൂളും ലവലിൽ കളിക്കുന്ന പേരമക്കൾ ആര്യനും അശ്വിനുമായി ഞാൻ മാറുകയാണ്, ആവേശത്തിൽ. കളിക്കാർ അന്താരാഷ്ട്രലവലിലുള്ള കളിക്കാർ. ഒപ്പം നമ്മുടെ കളിക്കാരും.

പണ്ട് 1956 ൽ എറണാകുളം മഹാരാജാസ് കോളേജ് ഗ്രൗണ്ടിൽ നടന്ന ചതുർരാഷ്ട്ര ഫുട്ബോൾ ടൂർണമെന്റിൽ ഇന്ത്യയും പാകിസ്ഥാനും

ഇറാനും ഇസ്രയേലും തമ്മിലുള്ള കളികൾ കണ്ടപ്പോൾ ഉദിച്ച സ്വപ്നമായിരുന്നു ഇപ്പോൾ യാഥാർത്ഥ്യമായത്. ഒളിമ്പ്യൻ ചന്ദ്രശേഖരൻമുതൽ വിജയൻവഴി ഇന്നത്തെ മലപ്പുറം സ്കൂൾടീമിലെ മിടുക്കരായ കുട്ടികൾ വരെ നീണ്ട മലയാളി കളിക്കാരുടെ നിര കാണുമ്പോഴും ഞാൻ സ്വപ്നം കാണുകയാണ്, ഇന്ത്യ ലോകകപ്പിൽ കളിക്കുന്നതും അതിൽ നിറയെ നമ്മുടെ കേരളത്തിൽനിന്നുള്ള കളിക്കാർ തിളങ്ങുന്നതും.

പക്ഷേ, ഫുട്ബോൾ എനിക്കു കാലും കണ്ണും തലയും മാത്രമല്ല, എന്റെ മനസ്സുംകൂടിയാണ്. എന്റെ ഫുട്ബോൾ സ്വപ്നം യാഥാർത്ഥ്യമാക്കാൻ എനിക്കാകെ ചെയ്യാവുന്നത് ഒരു മലയാളി കളിക്കാരനെ കഥയിലൂടെ സൃഷ്ടിക്കുക മാത്രമായിരുന്നു.

എന്റെ പ്രിയ ടേബിൾ ടെന്നീസും കമ്യൂണിസവും

2016 ലാണ്. ആലപ്പുഴ എസ് ഡി കോളേജിൽ അദ്ധ്യാപകരുടെ ഒരു റിട്ടയർമെന്റ് ദിനചടങ്ങിൽ മുഖ്യാതിഥിയായി പങ്കെടുക്കാൻ ചെന്നപ്പോഴാണ് പഴയ സ്മൃതികൾ പുറത്തുചാടിയത്. അന്ന് ചടങ്ങിൽ ആദരിക്കപ്പെട്ട എല്ലാവരും ഞാൻ എസ് ഡി കോളേജിൽനിന്ന് ബി.കോം പരീക്ഷ പാസായി പോയതിനുശേഷം ജനിച്ചവരായിരുന്നു എന്നതിലൂടെ എന്റെ പ്രായത്തെക്കുറിച്ചുള്ള തിരിച്ചറിവ് കൂടുതൽ ശക്തമായി എന്നെ ചുറ്റുപാടും നോക്കാൻ പ്രാപ്തനാക്കി.

ഞാൻ പഴയ കോളേജ് ചരിത്രത്താളുകൾ പരതി.

1953 ലെ ഒരു സാധാരണ ആലപ്പുഴ സായാഹ്നം.

വെളുപ്പാൻകാലത്ത് മഞ്ഞുണ്ടായിരുന്നു. അതിരാവിലെ ചേർത്തലനിന്ന് തിരിച്ചതാണ്. എസ് ഡി കോളേജിൽ ബി.കോമിന് ക്ലാസ് തുടങ്ങുന്ന ദിവസം. നേരംപുലർന്ന് വെയിൽ ഒന്നു പൊങ്ങാൻ തുടങ്ങിയപ്പോഴേക്കും എങ്ങുനിന്നോ പെട്ടെന്ന് മഴവന്നു. അരമണിക്കൂറുപോലും പെയ്തില്ല. പക്ഷേ, നഗരത്തിനെ ആകെ നനഞ്ഞ കമ്പിളിപ്പുതപ്പിലാക്കാൻ അതുമതിയായിരുന്നു. മഴ തോർന്നയുടൻ പെട്ടെന്നു മാനം തെളിഞ്ഞു. നിമിഷങ്ങൾക്കകം വെയിലിന് ശക്തികൂടി. പടിഞ്ഞാറൻകാറ്റ് നിന്നു. നഗരം വിയർക്കാൻതുടങ്ങി. ഇടവപ്പാതിയുടെ രൂക്ഷമായ ആലിംഗനത്തിനിടയ്ക്കു കിട്ടിയ മഞ്ഞവെയിലിന്റെ നാലുനാഴിക ഇടവേള അവസാനിച്ചു. നനഞ്ഞുകുളിച്ച് തോർത്താൻ മറന്നു നിൽക്കുകയായിരുന്ന ആലപ്പുഴ. മേലുണങ്ങി, മുഖം മിനുങ്ങി, പുഞ്ചിരിയുടെ നനവ് പകർന്ന്. ഉച്ചകഴിഞ്ഞ് ക്ലാസില്ല. വൈ എം സി എയുടെ ലൊക്കേഷൻ കണ്ടുപിടി

ച്ചിരുന്നു. നേരെ നടന്നു, വൈ എം സി എയിലേക്ക്.

ഇന്റർമീഡിയറ്റിന് തിരുവനന്തപുരത്ത് യൂണിവഴ്സിറ്റി ഇന്റർ മീഡിയറ്റ് കോളേജിലായിരുന്നു എന്റെ പഠനം. എഞ്ചിനീയറിംഗിന് അഡ്മിഷൻ കിട്ടിയില്ലെങ്കിൽ ഡിഗ്രിക്ക് ചേരണം. എങ്കിലത് ആലപ്പുഴയിൽ മതി എന്നത് എന്റെ രഹസ്യമായ ആഗ്രഹമായിരുന്നു. കാര്യം സ്വകാര്യമാണ്.

ആലപ്പുഴ വൈ എം സി എയിൽ ടേബിൾ ടെന്നീസുണ്ട്. ശരിക്കും ടേബിൾ ടെന്നീസ്. തിരുവനന്തപുരത്ത് യൂണിവേഴ്സിറ്റി ഹോസ്റ്റലിലെ പഴയ പിംഗ് പോംഗ് ടേബിളിൽ ആവേശംമാത്രം മുതലാക്കിയാണ് ഞാൻ കളിയിൽ ഭ്രാന്തനായത്. അന്ന് ഞങ്ങളുടെ ഫ്ലോറിന്റെ റസിഡന്റ് നിരീക്ഷകനായിരുന്ന നമ്പൂതിരിസാറിന്റെ സുഹൃത്തും എന്റെ ലോക്കൽ ഗാർഡിയനുമായിരുന്ന ഉപ്പുൻനായർ മിക്കദിവസവും കളിക്കാനെത്തുമായിരുന്നു. പ്രാക്ടീസ് തരികയും ചെയ്യും.

അന്നത്തെ ഏഷ്യൻ ചാമ്പ്യന്മാരായിരുന്ന ഹോങ്കോങ്ങിന്റെ സു സി ചേ്യായും ഫു ചി ഫോംഗും തിരുവനന്തപുരത്തുവന്ന് വി ജെ ടൗൺഹാളിൽ ഒരുക്കിയ വേദിയിൽ ടേബിൾ ടെന്നീസ് പ്രദർശനമത്സരങ്ങൾ നടത്തിയപ്പോൾ ഇന്ത്യൻ ചാമ്പ്യന്മാരായിരുന്ന കല്യാൺ ജയന്തും തിരുവെങ്കിടവും മറ്റും എതിരാളികളായി കളിക്കാനിറങ്ങി. വി ജെ ടൗൺഹാളിലായിരുന്നു പ്രദർശനരൂപത്തിലുള്ള ആ കളികൾ. തിരുവനന്തപുരം കണ്ട ആദ്യത്തെ അന്തർദേശീയ ടേബിൾ ടെന്നീസ് മത്സരമാണ്. മുഖ്യാതിഥികളായി രാജപ്രമുഖൻ (ഇന്നത്തെ ഗവർണർ) ചിത്തിരതിരുനാൾ മഹാരാജാവും പൂഞ്ഞാർകാരായ മുഖ്യമന്ത്രി ശ്രീ. എ ജെ ജോണും കേണൽ ഗോദവർമ്മരാജായും പ്രത്യേകം തയാറാക്കിയ വേദിയിലുണ്ടായിരുന്നു. ഹോങ്കോങ്ങുകാർ ഒരുവശത്തുമാത്രം റബ്ബർപ്രതലമുള്ള ബാറ്റാണ് ഉപയോഗിച്ചത്. ബാക്ക്ഹാൻഡ് ഇല്ല. പെൻഹോൾഡർ ഗ്രിപ്പ് എന്ന് അക്കാലം പെട്ടെന്നു പ്രസിദ്ധമായ പേന പിടിക്കുന്നതുപോലെയുള്ള പിടുത്തം കാരണം പന്തിന് വേഗതയും സ്വിങ്ങിലെ അവിചാരിതയും വർദ്ധിക്കുന്ന കളി. കണ്ണുകിട്ടാതിരിക്കാനാകണം, രണ്ടു ജൂനിയർ കളിക്കാരെയും ഏഷ്യൻ ചാമ്പ്യന്മാരോട് ഓരോ ഗെയിം കളിക്കാനായി സംഘാടകർ രംഗത്തിറക്കി. ഞാനായിരുന്നു തിരുവനന്തപുരത്തെ പ്രതിനിധീകരിച്ചത്. പിന്നെ ആലപ്പുഴനിന്ന് ജേക്കബ് തോമസും. കാണികളുടെ മാത്രമല്ല, എതിരാളിയുടെപോലും നിർലോപമായ പ്രോത്സാഹനം ലഭിച്ചിട്ടും ഞാൻ അടിപൊളിയായി തോറ്റു. ജേക്കബ് എന്നെക്കാൾ ഭേദമായിരുന്നു. എനിക്ക് മൂന്നുപോയന്റ് കിട്ടി. ജേക്കബിന് ആറും. ജേക്കബ്ബിനൊപ്പം ഒരു കോച്ചും വന്നിരുന്നു. സിലോൺകാരനായ (ഇന്നത്തെ ശ്രീലങ്ക) സഹദേവൻസാറ്. അസൂയ തോന്നി. അന്നേ തീർച്ചപ്പെടുത്തി.

ബിരുദത്തിന് ആലപ്പുഴയിൽ പഠിക്കണം. വൈ എം സി എയിൽ നല്ല ടേബിളുണ്ട്. കളിക്കാരുണ്ട്. പിന്നെ കോച്ച് സഹദേവൻ സാറുണ്ട്.

എനിക്ക് ത്രിൽ. എസ് ഡി കോളേജിൽ ക്രിക്കറ്റും എന്തിന് ഒരു ടെന്നീസ് കോർട്ടുപോലുമുണ്ടായിരുന്നു. ടെന്നീസിന് പത്തുരൂപാ മാസം ഫീസുണ്ട്. അച്ഛനോട് ഈ രൂപാ തട്ടിയെടുക്കാൻ മാസംതോറും പുതിയ പുതിയ കള്ളം പറയുന്നത് പിന്നീട് വിശ്വസനീയമായ കള്ളക്കഥകൾ എഴുതാൻ എനിക്കു ട്രെയിനിങ് തന്നു. ക്രിക്കറ്റ്ടീമിൽ അംഗമായിരുന്നു. *1983* എന്ന മലയാളം സിനിമയിൽ നിവിൻ പോളിയുടെ മട്ട് മുണ്ടു മടക്കിക്കുത്തി ബാറ്റു ചെയ്തു. എറണാകുളത്ത് മഹാരാജാസ് കോളേജ് ടീമുമായി തിരുവിതാംകൂർ സർവകലാശാലയുടെ നോർത്ത് സോൺ ഫൈനൽസ് കളിക്കാൻ പോയപ്പോൾ നഗരത്തിന്റെ മാനം സംരക്ഷിക്കാനായി ആലപ്പുഴ കോടതിയിലെ വക്കീൽ ചേട്ടന്മാരോട് എന്റെ മിക്ക കൂട്ടുകാരോടുമൊപ്പം വെള്ളപ്പാന്റ്സ് കടംമേടിച്ചു. അതൊരു മോശമായി കരുതിയേയില്ല. കോളേജിന്റെ അന്തസ്സ് നിലനിർത്താൻ തൽക്കാലം പാന്റ്സിടുക എന്ന ത്യാഗത്തിനുപോലും ഞങ്ങൾ റെഡിയായിരുന്നു.

അക്കാലത്ത് എസ് ഡി കോളേജ് വിദ്യാർത്ഥികളുടെ രാഷ്ട്രീയക്കളരിയായിരുന്നു. എന്റെ സുഹൃത്ത് പ്രകാശം ആയിരുന്നു സ്റ്റുഡന്റ് ഫെഡറേഷൻ നേതാവ്. ഇന്റർമീഡിയറ്റിന് തിരുവനന്തപുരത്ത് യൂണിവേഴ്സിറ്റി ഇന്റർമീഡിയറ്റ് കോളേജിലും ഡിഗ്രിക്ക് ആലപ്പുഴയിലും എത്തിയ രണ്ടുപേരേ ഉണ്ടായിരുന്നുള്ളൂ. പ്രകാശവും ഞാനും. ഒരേ തൂവൽപ്പക്ഷികൾ എന്നനിലയിൽ ഞങ്ങൾ അടുത്ത സുഹൃത്തുക്കളായി. എനിക്കു വിദ്യാർത്ഥിരാഷ്ട്രീയത്തിന്റെ പ്രവർത്തനശൈലി അടുത്തുനിന്ന് മനസ്സിലാക്കാനുള്ള സൗകര്യം കിട്ടി. കെ എസ് യുവും എസ് എഫ് ഐയും വിദ്യാഭ്യാസരംഗത്ത് ജനിക്കുന്നതിനും മുമ്പുള്ള കാലമാണ്. അന്ന് ഇന്ത്യൻ നാഷണൽ കോൺഗ്രസ്സിന്റെ ഇന്ത്യൻ സ്റ്റുഡന്റ്സ് യൂണിയനും, കമ്യൂണിസ്റ്റ് പാർട്ടിയുടെ സ്റ്റുഡന്റ്സ് ഫെഡറേഷനും, റവല്യൂഷണറി സോഷ്യലിസ്റ്റ് പാർട്ടിയുടെ (ആർ എസ് പി) പ്രോഗ്രസിവ് സ്റ്റുഡന്റ്സ് യൂണിയനുമായിരുന്നു തിരു-കൊച്ചിയിലെ കോളേജുകളിലെ വിദ്യാർത്ഥി സംഘടനകൾ. പക്ഷേ, ഞങ്ങൾ ബി. കോമുകാർ പൊതുവെ ആക്റ്റീവ് രാഷ്ട്രീയക്കാരായിരുന്നില്ല. അന്ന് തിരുവിതാംകൂർ സർവകലാശാലയുടെ കീഴിൽ രണ്ട് കോളേജുകളിലേ ബി.കോം ഉള്ളൂ. ഞങ്ങൾക്കു പൂർണ്ണ വിശ്വാസമുണ്ടായിരുന്നു, ഞങ്ങൾ ഈ പെറ്റി രാഷ്ട്രീയത്തിന് അതീതരാണെന്ന്. ലേശം ഹൈ ബ്രോ. പേടിയുണ്ട്. അതുകാരണം ഈ ഉൾക്കാഴ്ച പുറത്തുകാട്ടാതെ ഞങ്ങൾ ബി.കോം ക്ലാസുകാരെല്ലാം ഗൗരവക്കാരായി. കോളേജ് സമരങ്ങളിൽ ബുദ്ധിജീവിമട്ട് കാഴ്ചക്കാരായി പങ്കെടുത്തതേയുള്ളൂ.

പ്രകാശം ഏറെ ശ്രമിച്ചെങ്കിലും ഞാൻ രാഷ്ട്രീയത്തിൽ കയറിയില്ല. ഞാൻ ഏറെ ശ്രമിച്ചെങ്കിലും പ്രകാശം ടേബിൾ ടെന്നീസ് കളിച്ചതുമില്ല.

പക്ഷേ, ടേബിൾ ടെന്നീസ് കമ്പം എന്നെ വിട്ടുപോയില്ല. അറുപതാം വയസ്സിലും ഞാൻ കളിക്കാൻ എറണാകുളത്ത് ടേബിൾ അന്വേഷിക്കാറുണ്ടായിരുന്നു.

1971 ഏപ്രിൽ 5. ജപ്പാനിലെ നഗോയ നഗരത്തിൽവച്ച് ലോക ടേബിൾ ചാമ്പ്യൻഷിപ്പ് അരങ്ങേറുകയാണ്. ഗ്ലെൻ കോവൻ എന്ന അമേരിക്കൻ കളിക്കാരന് കളിസ്ഥലത്തേക്കു പോകുന്ന ബസ് മിസ്സായി. അയാൾ അടുത്തുവന്ന ബസ്സിന്റെനേരെ തള്ളവിരലുയർത്തി. ബസ് നിന്നു. കോവൻ ബസ്സിൽകയറി. അത് ചൈനീസ് ടീമിന്റെ ബസ്സായിരുന്നു. കോവൻ പറയുന്നത് ഞാൻ കൈകാട്ടിയില്ല. ചൈനീസ് ടീം വണ്ടി നിർത്തി എന്നെ ക്ഷണിച്ചു കയറ്റിയതാണ്. ചൈന ഇന്നും പറയുന്നത് കോവൻ കൈകാട്ടിയിട്ടാണ് ബസ് നിർത്തിയത് എന്നാണ്. സത്യം എന്തായാലും ഒന്നുശരിയാണ്. ബസ് നീങ്ങിയപ്പോൾ ബസ്സിലുണ്ടായിരുന്ന ചൈനയുടെ ലോകപ്രസിദ്ധ ടേബിൾ ടെന്നീസ് സൂപ്പർ താരമായ സുവാൻഗ് സെദോംഗ് തന്റെ സീറ്റിൽനിന്നും എഴുന്നേറ്റ് മുന്നോട്ടുവന്ന് കോവനെ കൈപിടിച്ചു കുലുക്കി ഒപ്പമിരുത്തി. എന്നിട്ട് തന്റെ ബാഗിൽനിന്നും ചൈനീസ് ഹ്വാംഗ്ഷാൻ പർവതസാനുക്കളുടെ മനോഹരമായ പ്രകൃതിദൃശ്യം പകർത്തിയ ഒരു പട്ടുഷാൾ ഉപഹാരമായി നൽകി. ഈ സംഭവം യാദൃച്ഛികമായിരുന്നോ അല്ലയോ എന്നത് ഇന്നും ഉത്തരം കിട്ടാത്ത നൂറായിരം ഡിപ്ലൊമാറ്റിക്ക് രഹസ്യങ്ങളിലൊന്നാണ്. എന്തായാലും അടുത്തദിവസം ചൈനീസ് പത്രങ്ങൾ ഇരുവരുടെയും ഒരുമിച്ചുള്ള ചിത്രം പ്രസിദ്ധീകരിച്ചപ്പോൾ അത് ലോകശ്രദ്ധയാകർഷിച്ചു. പക്ഷേ, ഒന്നു സംഭവിച്ചു. പിംഗ് പോംഗ് ഡിപ്ലോമസി തുടങ്ങി. വാസ്തവത്തിൽ ടേബിൾ ടെന്നീസ് (കളിക്ക് ലേശം മാത്രം വ്യത്യാസമുള്ള പിംഗ് പോംഗ് എന്ന സുന്ദരൻ പേരുള്ളതു കാരണം അതിനായി മീഡിയായിൽ ആകർഷണം) ഡിപ്ലോമസി ഒട്ടേറെ രാഷ്ട്രീയചിന്തകർ താത്ത്വികമായി രണ്ടു ധ്രുവങ്ങളിൽ നിൽക്കുന്ന അമേരിക്കയും ചൈനയും തമ്മിൽ അനിവാര്യമെന്ന് ആണയിട്ടിരുന്ന മൂന്നാംലോകമഹായുദ്ധത്തിന്റെ മുനയൊടിച്ചു. മേൽപ്പറഞ്ഞ സംഭവത്തിനുശേഷം 1971 ൽത്തന്നെ ചൈന അമേരിക്കൻ ടേബിൾ ടെന്നീസ് ടീമിനെ ചൈനീസ് ടൂറിന് ക്ഷണിച്ച് 1971 ലെ ടോപ്പ് ഡിപ്ലൊമാറ്റിക്ക് വാർത്ത സൃഷ്ടിച്ചു. ഒപ്പം ഒരു നീക്കംകൂടി ചൈന നടത്തി. വിദേശ പത്രപ്രവർത്തകർക്ക് ലോഭമില്ലാതെ വിസ നൽകി. ഇഷ്ടമുള്ളത് എഴുതിക്കൊള്ളാനും സ്വാതന്ത്ര്യംനൽകി. ചൗ എൻ ലായിയുടെ പ്രഖ്യാപനം ശരിക്കും ഞെട്ടിച്ചത് അന്ന് വിയറ്റ്നാം കാരണം ആകെ ബേജാറായിരുന്ന അമേരിക്കൻ പ്രസിഡന്റ് റിച്ചാർഡ്

നിക്സനെയും വിദേശകാര്യ ഉപദേഷ്ടാവ് ഹെൻറി കിസിംജറെയു മാണ്. മൈ ഗോഡ്! ഇത് ചൈനയുടെ സമാധാനത്തിനുവേണ്ടിയുള്ള ഡയറക്ട് ആഹ്വാനമാണ്. വിയറ്റ്നാം പ്രശ്നത്തിൽ മദ്ധ്യസ്ഥരാകാൻ എത്ര ആവശ്യപ്പെട്ടിട്ടും വിസമ്മതം പ്രദർശിപ്പിച്ചുകൊണ്ടിരുന്ന റഷ്യയെ തഴയാൻ ഇത് നല്ല സന്ദർഭമാണ്. ഇരുവരും ആക്ടീവായി.

മൂന്നുമാസത്തിനകം കിസിംജർ അതിരഹസ്യമായി ചൈന സന്ദ ർശിച്ചു. 1972 ഫെബ്രുവരിയിൽ പ്രസിഡന്റ് നിക്സൻതന്നെ ചൈനയി ലെത്തി. പിംഗ് പോംഗ് ഡിപ്ലോമസി ചെന്നെത്തിച്ചത് മൂന്നാംലോകമ ഹായുദ്ധം ഇല്ലാതാക്കി എന്നുമാത്രമല്ല, റഷ്യയ്ക്ക് 'ലോകനമ്പർ ടു' പദവി നഷ്ടപ്പെടുകയും ചൈന ആ സ്ഥാനം കരസ്ഥമാക്കുകയും ചെയ്തു എന്നതാ ണ്.

ഈ ടേബിൾ ടെന്നീസും കമ്യൂണിസവും തമ്മിലുള്ള ബന്ധത്തെക്കു റിച്ച് ഒരു രസകരമായ കഥയുണ്ട്. സത്യകഥയാണ്. 1920 ലാണ് ഇന്റർ നാഷണൽ ടേബിൾ ടെന്നീസ് ഫെഡറേഷൻ രൂപീകൃതമായത്. സ്ഥാ പകൻ ഐവർ മോണ്ടാഗു എന്ന ഒരു പക്കാ കമ്യൂണിസ്റ്റായിരുന്ന ബ്രി ട്ടീഷ് ബാങ്കറായിരുന്നു. പിംഗ് പോംഗ് കളിയുടെ നിയമങ്ങൾ മിനുക്കി അദ്ദേഹം കളിക്ക് മാന്യതനൽകി. കമ്യൂണിസം വളരാൻ തൊഴിലാളി കൾ ആകൃഷ്ടരാകണം. അതിൽ ഭക്ഷണംപോലെ കളികളും പെടും. ജോലിസ്ഥലത്തുതന്നെ പുറത്തേക്കുപോകാതെ അടച്ചിട്ട ഫാക്ടറി ഷെ ഡ്ഡുകളിൽ ഇടനേരത്ത് കളിക്കാനുള്ള സൗകര്യം ഉണ്ടെങ്കിൽ അതവരി ഷ്ടപ്പെടും. ടേബിൾ ടെന്നീസ് പന്തുകൾ വളരെ കനം കുറഞ്ഞതായതു കാരണം അവ അടച്ചിട്ട മുറിയിൽ വളരെവേഗം ചലിക്കും. കളിക്കാരന് മൂവ്മെന്റ് കൂടും.

പിംഗ് പോംഗ് നേരത്തേതന്നെ ഇംഗ്ലണ്ടിൽനിന്നും ഇന്ത്യയിലും ജപ്പാനിലും ചൈനയിലും ബ്രിട്ടീഷുകാർവഴി എത്തിയിരുന്നു. മാവോ സെ തുങ്ങും ചൗ എൻ ലായിയും അവരുടെ രാഷ്ട്രീയ ഒളിവുകാലത്ത് പിംഗ് പോംഗ് കളി അവരുടെ വ്യായാമത്തിലെ മുഖ്യ ഐറ്റമാക്കിയി രുന്നു. 1949 ൽ ചൈനയിൽ കമ്യൂണിസ്റ്റ് പാർട്ടി അധികാരത്തിലെത്തി. 1951 ൽ, ചൈന യുണൈറ്റഡ് നേഷനിൽ അംഗമാകുന്നതിന് 20 കൊല്ലം മുമ്പുതന്നെ മൊണ്ടാഗു ഇന്റർനാഷണൽ ടേബിൾ ടെന്നീസ് ഫെഡറേഷ നിൽ അംഗമാകാനും ലോകചാമ്പ്യൻഷിപ്പിൽ കളിക്കാനും ചൈനയെ ക്ഷണിച്ചിരുന്നു. അദ്ദേഹത്തിന്റെ വിശദീകരണം ലളിതവും അല്പം ബാലിശവുമെന്ന് തോന്നുന്ന ഈ കളി ചൈനയ്ക്ക് ഒരു മാനവസ്നേഹ ത്തിന്റെ ഭാവം നൽകും എന്നായിരുന്നു. അതെന്തായാലും 1959 ൽ ഒരു ചൈനീസ് കളിക്കാരൻ ലോകചാമ്പ്യൻ പദവി നേടിയപ്പോൾ മാവോ സെ തുങ് നേരിട്ട് അദ്ദേഹത്തെ അനുമോദിക്കുകയും പിംഗ് പോംഗ്

ചൈനയുടെ സ്നേഹത്തിന്റെ ന്യൂക്ലിയർ ആയുധമാണെന്ന് പ്രഖ്യാപിക്കുകയും ചെയ്തു.

2012 ലെ ഒളിമ്പിക്സിൽ ടേബിൾ ടെന്നീസ് ഇനത്തിലെ നാലു സ്വർണ്ണമെഡലുകളും ചൈന കരസ്ഥമാക്കി. ഒപ്പം വേറൊരു തമാശ ഈ ഇനത്തിൽ മത്സരിച്ച എല്ലാ അമേരിക്കൻ ടീമംഗങ്ങളും ചൈനീസ് പൈതൃകമുള്ളവരായിരുന്നു എന്നതാണ്.

പിംഗ് പോംഗ് ഡിപ്ലോമസിയിലൂടെ ചൈനയിലെത്തിയ പ്രസിഡന്റ് നിക്സൻ രണ്ടാംദിവസം തന്റെ സ്വകാര്യഡയറിയിൽ എഴുതി. നാം വളരെ സൂക്ഷ്മതയോടെ പരിശ്രമിച്ചില്ലെങ്കിൽ വരുംകാലത്ത് ചരിത്രത്തിലിന്നുവരെ ഉണ്ടാകാത്തവിധം ശക്തനായ ഒരു ശത്രുവിനെ ആയിരിക്കും നമുക്കു നേരിടേണ്ടിവരിക.

മാവോ സെ തുങ് പറഞ്ഞുവത്രെ. ഈ സുവാങ് സെഡോംഗ് ടേബിൾ ടെന്നീസ് കളിയിൽ മാത്രമല്ല, നയതന്ത്രത്തിലും മിടുക്കനാണ്.

സ്പോർട്സ്മാൻ സ്പിരിറ്റ്

രാമനാഥൻ കൃഷ്ണൻ, രമേശ് കൃഷ്ണൻ, ലിയാൻഡർ പയസ്. ഈ മൂന്നുപേരും കുട്ടികളുടെ ലോകടെന്നീസ് ചാമ്പ്യൻപട്ടം എന്നുവിശേഷിപ്പിക്കാവുന്ന ഇംഗ്ലണ്ടിലെ വിംബിൾഡനിൽ ജൂനിയർ കിരീടം നേടിയവരാണ്. രമേശ് ഫ്രഞ്ച് ഓപ്പണിലും പയസ്സ് അമേരിക്കൻ ഓപ്പണിലുംകൂടി ജൂനിയർ ചാമ്പ്യന്മാരായിരുന്നു. എന്നുവച്ചാൽ ശരിക്കും ആ പ്രായത്തിലുള്ള ലോകത്തിലെ ഏറ്റവുംനല്ല കളിക്കാരായിരുന്നു അവർ. ടെന്നീസ് കോർട്ടിലെ അവരുടെ ആകർഷണീയമായ കളിശൈലിയും പെരുമാറ്റവും മറ്റുള്ളവർക്ക് മാതൃകയായി കാട്ടാറുമുണ്ട്. ഇത്ര സ്പോർട്ട്സ്മാൻ സ്പിരിറ്റ് കാട്ടുന്ന കളിക്കാർ ഇന്ത്യക്കാരെപ്പോലെ അപൂർവമായേ ഉണ്ടാകാറുള്ളു എന്ന് പ്രകീർത്തിക്കാറുമുണ്ട്.

തമാശ, ഇവരാരും സീനിയർലവലിൽ ലോകചാമ്പ്യന്മാരായില്ല എന്നതാണ്. വിംബിൾഡന്റെ പോകട്ടെ, ആസ്ത്രേലിയനോ, ഫ്രഞ്ചോ, അമേരിക്കനോ (യു എസ്) ഗ്രാൻഡ് സ്ലാം ടൂർണമെന്റിൽ ഒന്നിൽപ്പോലും സിംഗിൾസിൽ വിജയിച്ചില്ലെന്നു മാത്രമല്ല, ഫൈനൽസിൽ എത്തുകപോലും ചെയ്തില്ല. എന്തേ കാരണം എന്നുചോദിച്ചാൽ ഒന്നേ എനിക്ക് പറയാനുള്ളു. നമുക്ക് ഇന്ത്യക്കാർക്ക് ഒരു കില്ലർ ഇൻസ്റ്റിംക്ട്, എതിരാളിയെ അവൻ അവശനായി വീഴുമ്പോൾ അടിച്ചുതകർത്ത് വിജയം നേടാനുള്ള മൈൻഡ്സെറ്റ് ഇല്ല. നമുക്കത് പറ്റുകയുമില്ല. ജൂനിയർ ലവലിലുണ്ടായിരുന്ന ആ നൈസർഗ്ഗികസിദ്ധി ഈ സ്വഭാവംകാരണം സീനിയറായപ്പോഴേക്കും നഷ്ടപ്പെടുന്നു.

ഇന്ത്യയുടെ ചരിത്രം പറയുന്നത്, ഇന്ത്യ എഴുപത്തിയാറുതവണ

വിദേശശക്തികളാൽ ആക്രമിക്കപ്പെട്ടു എന്നാണ്. മദ്ധ്യേഷ്യയിൽനിന്ന് പതിനായിരംകൊല്ലം മുമ്പുവന്ന ഹാരപ്പൻ അധിനിവേശക്കാരെയും അവരുടെ പിന്നാലെ എത്തിയ ആര്യന്മാരെയും ഇപ്പോഴത്തെ ഗ്ലോബലൈസേഷൻ മാർക്കറ്റിങ് ഭീമന്മാരെയും കൂട്ടാതെയാണീ കണക്ക്. അതേസമയം, ഇക്കാലത്തൊരിക്കലും ഇന്ത്യ ഒരു വിദേശരാഷ്ട്രത്തെയും ഒരുതവണപോലും ആക്രമിച്ച് കീഴ്പ്പെടുത്തിയിട്ടില്ല. സിംപിൾ കാരണം നമുക്ക് രക്തത്തിൽ സ്പോർട്ട്സ്മാൻ സ്പിരിറ്റുണ്ടായിരുന്നു എന്നതാണ്.

ഉത്തരകൊറിയ 44 വർഷത്തിനുശേഷം 2010 ഫുട്ബോൾ ലോകകപ്പിൽ ഫൈനൽ റൗണ്ടിലെത്തി. കറകളഞ്ഞ കമ്യൂണിസ്റ്റ് രാജ്യമാണെങ്കിലും ഭരണം കിങ് ജോങ് ഇന്നിന്റെ കുടുംബത്തിനാണ്. അച്ഛന്റെ കാലശേഷം മകൻ കിങ് ജോങ് ഉന്നിന്റേതായിരുന്നു ഉത്തരകൊറിയ. അദ്ദേഹത്തിന്റ നേട്ടമായാണ് ഉത്തരകൊറിയൻ ടീമിന്റെ ഫൈനൽ റൗണ്ട് പ്രവേശനം ആഘോഷിച്ചത്. ഇതുമാത്രവുമല്ല, വേൾഡ്കപ്പ് തത്സമയ ടി വി സംപ്രേഷണം അന്നുവരെ ഒരിക്കലും നൽകാതിരുന്ന അദ്ദേഹം ഉടനടി തന്റെ പ്രജകൾക്ക് അനുവദിച്ചു. പക്ഷേ, കഷ്ടം. ബ്രസീലും ഐവറികോസ്റ്റും ഉത്തരകൊറിയയെ തോൽപ്പിച്ചപ്പോൾ അദ്ദേഹം ആകെ അമ്പരന്നു. പിന്നെ പോർട്ടുഗലായിരുന്നു എതിരാളി. ആ കളി പകുതിയായപ്പോൾത്തന്നെ കിങ് ജോങ് ഹ്ലൻ സംപ്രേഷണം നിർത്തിച്ചു. പന്ത് ഏഴുതവണ ഉത്തരകൊറിയയുടെ ഗോൾ വലയത്തിലെത്തി. സ്പോർട്ട്സ്മാൻ സ്പിരിറ്റ് അയലത്തുകൂടി വരാത്ത മൈൻഡ്സെറ്റിൽ കളിക്കാർ തിരികെ നാട്ടിലെത്തിയപ്പോൾ ആദ്യം ചെയ്തത് അവർ ജനകീയ വിചാരണവേദിയിൽ സ്വയം കുറ്റം ഏറ്റെടുക്കുകയായിരുന്നു. തങ്ങൾ രാജ്യദ്രോഹമാണ് ചെയ്തത്. വിധിവന്നു. ടീം കോച്ചിനെ വേതനമില്ലാത്ത കെട്ടിടത്തൊഴിലാളിയായി തരംതാഴ്ത്തി. പിന്നെ അയാളെ തൂക്കിക്കൊല്ലാനുള്ള മുറവിളി ഉയർന്നു. ഒരു തലനാരിഴയ്ക്ക് പാവം രക്ഷപ്പെട്ടു.

ഇന്ത്യയിൽ അചിന്തനീയമാണ് ഈ രീതി. ഈ സ്പോർട്ട്സ്മാൻ സ്പിരിറ്റില്ലായ്മ.

ഇന്ത്യയിൽ ആർക്കാണ് കൂടുതൽ സ്പോർട്ട്സ്മാൻ സ്പിരിറ്റ്?

സംശയമില്ല. കേരളംതന്നെ.

നമ്മുടെ കുട്ടികൾ ജൂനിയർലവലിൽ ഒട്ടുമിക്ക കളികളിലും ഇന്ത്യയിൽ ഒന്നാമരാണ്. പക്ഷേ, സീനിയറാകുമ്പോഴേക്കും അവർ ഔട്ടാകും. എങ്ങനെയെങ്കിലും സ്പോർട്സ് ക്വോട്ടയിൽ ജോലിസംഘടിപ്പിച്ച് അവർ ദില്ലിയിലോ മറ്റുസംസ്ഥാനങ്ങളിലോ ചേക്കേറും. കളിക്കളം നൊസ്റ്റാൾജിയയാകും. കളിയിൽ മാത്രമല്ല, മറ്റുരംഗങ്ങളിലും ഇത് പ്രകടമാണ്.

റെയിൽവേയിൽ നമുക്കു സോൺ വേണ്ട. നിയമമാണ്. നിയമത്തിൽനിന്ന് അല്പവും വ്യതിചലിക്കാത്തവരാണ് റെയിൽവേ ടോപ് പാർട്ടികൾ. നമ്മളാണെങ്കിലോ അവർ പറയുന്നത് സ്പോർട്സ്മാൻ സ്പിരിറ്റോടെ അംഗീകരിക്കുന്നവർ.

ദുഃഖം തോന്നുന്നു.

അതിവേഗം പായുന്ന ഒരു തീവണ്ടി ഒരു സ്റ്റേഷനിൽ നിർത്തേണ്ടിവന്നാൽ റെയിൽവേക്ക് വരുന്ന നഷ്ടക്കണക്കുകൾ കാട്ടി കേരളത്തിലെ നൂറുകണക്കിന് സ്റ്റോപ്പുകൾ നിർത്താൻ പോകുന്ന വാർത്തകണ്ടു. സംശയമില്ല. നാമത് ആദ്യത്തെ ചില സിംബോളിക്ക് എതിർപ്പുകൾക്കു ശേഷം അംഗീകരിക്കും.

പെട്ടെന്ന് ഓർമ്മവന്ന സംഭവമാണ്.

കേരളത്തിന്റെ നമ്പർവൺ സൂപ്പർ ഫാസ്റ്റ് തീവണ്ടിയാണ് തിരുവനന്തപുരം - ന്യൂഡൽഹി കേരളാ എക്സ്പ്രസ്. ചാലക്കുടി, അങ്കമാലി, ഇരിങ്ങാലക്കുട തുടങ്ങിയ വലിയ പട്ടണങ്ങളിൽപ്പോലും സ്റ്റോപ്പില്ലാത്ത ഈ സൂപ്പർ എക്സ്പ്രസ് തീവണ്ടി, തൃപ്പൂണിത്തറ, പിറവം റോഡ് സ്റ്റേഷനുകളിൽപ്പോലും വേഗതകുറയ്ക്കാതെ ഓടി പെട്ടെന്ന് സ്പീഡ് കുറച്ച് വണ്ടിയുടെ നീളത്തിനത്രയും പ്ലാറ്റ്ഫോം പോലുമില്ലാത്ത വൈക്കം റോഡ് സ്റ്റേഷനിൽനിന്നു.

ക്രോസിങ് ആയിരിക്കുമെന്ന് കരുതി. എന്നോട് ഇതിനിടയ്ക്ക് പരിചിതനായി മാറിയ ചെക്കിങ് ഇൻസ്പെക്ടർ പറഞ്ഞു.

ഇത് റഗുലർ സ്റ്റോപ്പാണ്, സേർ.

ഞാൻ എന്റെ റെയിൽവേയിൽ ജോലിയുള്ള എഴുത്തുകാരനായ സ്നേഹിതൻവഴി അന്വേഷിച്ചു. ഇവിടെ ഏതു നിയമപ്രകാരമാണ് സ്റ്റോപ്പ് ?

അന്നത്തെ സുപ്രീം കോടതി ചീഫ് ജസ്റ്റീസിനെ മണിയടിക്കാൻ അദ്ദേഹത്തിന്റെ ജന്മവീടിനടുത്തുള്ള റെയിൽവേ സ്റ്റേഷനിൽ റെയിൽവേ മന്ത്രി ലാലുപ്രസാദ് യാദവ് നൽകിയ സ്റ്റോപ്പാണ്. അന്ന് സുപ്രീം കോടതിയുൾപ്പെടെ പല കോടതികളിലും ലാലുജിക്കും കുടുംബത്തിനുമെതിരെ അനവധി അഴിമതിക്കേസുകൾ ഉണ്ടായിരുന്നു.

ഇന്നും ആ സ്റ്റോപ്പ് അഭംഗുരം നിലനിൽക്കുന്നു.

റെയിൽവേ അവരുടെ കർക്കശമായ നിയമം വരവണ്ണം വിടാതെ സ്റ്റോപ്പുകൾ പരിപാലിക്കുന്നു.

ഇതൊക്കെ സഹിക്കുന്ന നമ്മളല്ലേ ശരിക്കും സ്പോർട്സ്മാൻ സ്പിരിറ്റുള്ളവർ?

കേരളത്തിന്റെ ഉണ്ണി

ഞാൻ നാല്പതിലേറെ നോവലുകൾ മലയാളത്തിലും രണ്ടെണ്ണം ഇംഗ്ലീഷിലും എഴുതി. ആയിരത്തിനപ്പുറം ചെറുകഥകളും. നൂറായിരം കഥാപാത്രങ്ങളെ ഞാൻ സൃഷ്ടിച്ചിട്ടുണ്ട്. എന്റെ കേട്ടറിവിലും കണ്ടറിവിലും സ്വപ്നത്തിലും പരിചയപ്പെട്ട അനവധി രൂപഭാവങ്ങളിൽ വ്യക്തിത്വം നേടിയവർ. ചിലർ ഒരു മിന്നൽപോലെ ഒരു കഥയിൽ പ്രത്യക്ഷപ്പെട്ട് തന്റെ പൂർണ്ണ രംഗപ്രവേശത്തിനായി ഇന്നും കാത്തുനിൽക്കുന്നവർ. ഇവരെല്ലാം എന്റെ അറിവിന്റെയും ചിന്തകളുടെയും പരിമിതികളുള്ളിൽ മാത്രം വളർന്നവരാണ്. പലരിലും ഞാൻ തന്നെയാണ് അവരുടെ വലിയ ഒരുഭാഗം.

എന്റെ ഏറ്റവും പോപ്പുലർ കഥാപാത്രം കറിയാച്ചനാണ്. അനവധി മിഡിൽ കോളങ്ങളിൽ ദിനപ്പത്രത്തിന്റെ നാലാംപേജിൽ പ്രത്യക്ഷപ്പെടുന്ന എന്റെയും പ്രിയങ്കരനായ കറിയാച്ചൻ.

ഫുട്ബോൾ കമ്പക്കാരനും പ്രാക്ടിക്കൽ ബുദ്ധിജീവിയുമായ കറിയാച്ചൻ നമ്മുടെ ഭരണഘടന പറയാൻ വിട്ടുപോയ ജനാധിപത്യത്തിലെ സുപ്രധാനകണ്ണിയാണ്. പാവപ്പെട്ടവനും സർക്കാരും തമ്മിലുള്ള പാലം. കറിയാച്ചൻ ഇരുപതാംവയസ്സിൽ വിദ്യാർത്ഥിരാഷ്ട്രീയത്തിൽനിന്ന് നേരെ ഈ രംഗത്ത് വന്നതാണ്. തിരുവനന്തപുരത്ത് സെക്രട്ടേറിയറ്റിനു തെക്കുഭാഗത്തെ നിമ്നോന്നതങ്ങളിൽ ചടഞ്ഞിരിക്കുന്ന ലോഡ്ജിൽ സ്ഥിരം മുറിയും സ്ഥിരം ചാരുകസാലയുമുണ്ട്. പകൽസമയത്ത് കറിയാച്ചൻ കർമ്മനിരതനാണ്. നമുക്ക് സെക്രട്ടേറിയറ്റിൽ എന്തുകാര്യം സാധിക്കാനുണ്ടെങ്കിലും കറിയാച്ചൻ സഹായിക്കും. നോ ജാതി, നോ മതം, നോ

രാഷ്ട്രീയം. രാഷ്ട്രീയക്കാരും, ഉദ്യോഗസ്ഥരുമെല്ലാം കറിയാച്ചന്റെ സുഹൃത്തുക്കളാണ്. അമേരിക്കയിൽ ഇത്തരം പണിയെ ലോബിയിങ് എന്ന് മാന്യമായി വിളിക്കും. ഇവിടെ ബ്രോക്കർ എന്നാണ് പറയുക. വൈകിട്ട് അദ്ദേഹം ബുദ്ധിജീവിയാണ്. ലേശം റമ്മിന്റെ നീറ്റായ അകമ്പടിയോടെ രാഷ്ട്രീയ-സാമ്പത്തിക-സാമൂഹ്യ-ആത്മീയമേഖലകളിലെയെല്ലാം കാലികമായ പ്രശ്നങ്ങളെ ആക്ഷേപഹാസ്യത്തിലൂടെ അപഗ്രഥിക്കും. വിജ്ഞാനം പകരും. എനിക്ക് പറയാനുള്ളത് നോവിക്കാതെ പറയാൻ ഞാൻ വളർത്തിയ കഥാപാത്രമാണ് കറിയാച്ചൻ. കറിയാച്ചന് ഇവ്വിധം കമന്റുകൾ നടത്താൻ അല്പം മദ്യപിക്കുന്നത് ആവശ്യമെങ്കിൽ അത് കുഴപ്പമില്ലെന്ന് പല മദ്യവിരുദ്ധനേതാക്കൾപോലും എന്നോട് പറഞ്ഞിട്ടുണ്ട്. കറിയാച്ചൻ എന്നും എന്നോടൊപ്പമുണ്ട്.

എന്നും അതിരാവിലെ മൂന്നുമണിക്ക് ആദ്യകാലത്ത് പേനയും കടലാസും പിന്നീട് 1995 മുതൽ കമ്പ്യൂട്ടറും റെഡിയാക്കി ഞാൻ വിരലുകൾ ചലിപ്പിക്കാൻ തുടങ്ങുമ്പോൾ എന്റെ ഉപബോധമനസ്സിൽനിന്നും ഏതോ അമാനുഷമായ ശക്തി എന്റെ കഥാപാത്രങ്ങൾക്ക് രൂപംതരികയാണ്. എനിക്കുലഭിച്ച ഈ സിദ്ധിയെ ഭാരതീയ സംസ്കൃതിയിലെ വാക്കുകളുടെ ദേവതയായ സരസ്വതിയുടെ അനുഗ്രഹമെന്ന് ഞാൻ കൂടുതൽ ശാസ്ത്രീയമായി അന്വേഷിക്കാൻ മെനക്കെടാതെ ഉൾക്കൊള്ളുന്നു. പണ്ട് 1964 ൽ ഞാൻ കഥയെഴുത്ത് എന്നതിനെക്കുറിച്ച് ചിന്തിക്കുകപോലും ചെയ്യാതിരുന്ന മദ്ധ്യപ്രദേശിൽ ജോലിയിലിരുന്നകാലത്ത് ഉജ്ജയിനിയിൽ ഔദ്യോഗികപരിപാടിയുമായി പോയിരുന്നു. അന്ന് തീരെ യാദൃച്ഛികമായി അക്കാലത്ത് ആരാലും ശ്രദ്ധിക്കപ്പെടാതെ നഗരത്തിനുവെളിയിൽ കുറ്റിക്കാടുകൾക്കിടയിൽ ഒളിച്ചിരുന്ന ഒരു കോവിലിൽ ഞാനും എന്റെ മറാഠി സുഹൃത്തും ഒരു സന്ധ്യയ്ക്ക് ചെന്നുപെട്ടു. പാമരനായ കാളിദാസനെ, സരസ്വതീദേവി വരംകൊടുത്ത് ലോകത്തിലെ ഏറ്റവും മികച്ച സർഗ്ഗാത്മകസാഹിത്യകാരനാക്കി മാറ്റിയ സ്ഥലമായിരുന്നു അത്. അവിടുത്തെ ദീപാരാധനാസമയത്ത് അരമണിക്കൂറിലേറെ ഞാൻ ജീവിതത്തിൽ അതിനുമുമ്പും പിമ്പും ഉണ്ടായിട്ടില്ലാത്ത അബോധാവസ്ഥ അനുഭവിച്ചു. ഒരുവർഷത്തിനുശേഷം ഞാൻ കഥ എഴുതാൻ തുടങ്ങി എന്റെ കഥാപാത്രങ്ങളെ മലയാളിസമൂഹം സ്നേഹവായ്പോടെ അംഗീകരിക്കാൻ തുടങ്ങിയപ്പോൾ എന്റെ അമ്മ പറഞ്ഞു. ഇത് നിന്റെ കഴിവല്ല. സരസ്വതീദേവിയുടെ അനുഗ്രഹമാണ്. നീ അഹങ്കരിക്കരുത്. നീ നല്ലതേ എഴുതാവൂ.

മാധവിക്കുട്ടി (കമലാ സുരയ്യ)യുമൊത്ത് *അമാവാസി* എന്ന നോവൽ രചിക്കുന്ന സമയത്ത് അവർ എപ്പോഴും കളിയാക്കുമായിരുന്നു. വർമ്മയ്ക്ക് ഈ തീവ്രമായ കാമവും ക്രോധവും കാട്ടുന്നവരെ സൃഷ്ടിക്കാൻ അറിഞ്ഞു കൂടാ.

പണ്ട് പ്രശസ്തമായ ക്രിസ്തീയ വാരികയിൽ ഒരു നോവൽ വേണമെന്നാവശ്യപ്പെട്ട് അഡ്വാൻസുമായി വന്ന പുരോഹിതൻ എഡിറ്റർ പറഞ്ഞു. ഞങ്ങളുടേത് ഒരു കുടുംബവാരികയാണ്. വീട്ടിൽ എല്ലാവരും വായിക്കേണ്ടത്. മേശപ്പുറത്ത് ധൈര്യമായി തുറന്നിടാവുന്നത്. വർമ്മാജിയുടെ കഥയിൽ തെറിയും വൃത്തികേടും ക്രൂരതയും കാണില്ലെന്ന് ഞങ്ങൾക്കറിയാം. കഥാപാത്രങ്ങൾ എപ്പോഴും പോസിറ്റീവ് ആയിരിക്കും.

മാധവിക്കുട്ടിയും പത്രാധിപർ അച്ചനും പറഞ്ഞത് ശരിയാണ്. ഇത് എന്റെയൊരു പരിമിതിയാണ്. എന്റെ സൈക്കോയുടെ ഭാഗമാണ്. തിംഗ് പോസിറ്റീവ്. വിനോദവും വിജ്ഞാനവും പകരൂ. എന്റെ കഥാപാത്രങ്ങൾക്ക് മനഃപൂർവമല്ലാതെതന്നെ ഒരു ലക്ഷ്യബോധമുണ്ട്.

എന്റെ മിക്ക കഥാപാത്രങ്ങളും ഓർമ്മയിൽനിന്ന് അപ്രത്യക്ഷമായി എപ്പോഴും തിരിച്ചുവരാൻ റെഡിയായി കമ്പ്യൂട്ടർ ഭാഷയിൽ പറഞ്ഞാൽ എന്റെ തലച്ചോറിലെ റീസൈക്കിൾ ബിന്നിൽ വിശ്രമിക്കുകയാണ്. വിരലൊന്നമർത്തിയാൽമതി. തിരിച്ചുവരും. അവരിൽ മിക്കവരും എന്റെ ഇഷ്ടക്കാരാണ്. പക്ഷേ, എന്നെ ശല്യപ്പെടുത്താറില്ല.

ഒരു സാധാരണ സ്ത്രീക്ക് ഓഹരിവിപണിയിലെ വന്യമൃഗങ്ങളുടെ ആക്രമണങ്ങളെ ചെറുക്കാൻ കഴിയുമെന്ന് കാട്ടിയ അനവധി വായനക്കാരുടെ പ്രേമഭാജനമായി മാറിയ *ഓഹരി* നോവലിലെ മിനി ബാലചന്ദ്രൻ.

കേരളത്തിൽ വ്യവസായം സ്ഥാപിക്കാൻ കഴിയുമെന്ന് കാട്ടിയ *അധിനിവേശ*ത്തിലെ പ്രീഡിഗ്രിക്കാരൻ ബാബു.

തിരുവിതാംകൂർരാജ്യം ഇന്ത്യൻ യൂണിയനിൽ ലയിക്കുന്ന കവനന്റിൽ ഒപ്പിടാൻ തയാറാകുമ്പോൾ ശ്രീപത്മനാഭന് അടിയറവച്ച് ഭരണം നടത്തുന്ന ഒരു ഏജന്റിന് ആ രാജ്യം കൈമാറാനുള്ള അധികാരമുണ്ടോ എന്ന് വേദനിച്ചുനിൽക്കുന്ന *തൃപ്പടിദാന*ത്തിലെ മഹാരാജാവ്.

ഒട്ടനവധി പ്രൊഫസർ സുഹൃത്തുക്കൾ ഞാനവരെപ്പറ്റിയാണ് എഴുതിയതെന്ന് ആണയിടുന്ന രസികനും കോമൺസെൻസ് ഒഴികെ മറ്റെല്ലാത്തിലും ഹൈമാർക്കുള്ള *പ്രൊഫസർക്കഥ*കളിലെ പ്രൊഫസർ.

*വൃന്ദാവനത്തിലെ രാധ*യിലെ രാധ.

*നക്ഷത്രങ്ങളുടെ തടവുകാരി*യിലെ വിധിയുടെ തടവുകാരിയായ ദേവി..

ലോകകപ്പ് ഫുട്ബോൾ മത്സരത്തിൽ ആദ്യമായി ഞാൻ ജമൈക്ക ടീമിലെ അംഗമായി കളിപ്പിച്ച മലയാളിതാരം നാരായണൻ എന്ന നരേൻ.

ഇവരെല്ലാം എന്റെ പ്രിയപ്പെട്ടവരാണ്. പക്ഷേ, ആരും എന്നെ ശല്യപ്പെടുത്താറില്ല. സമാനമായ സംഭവങ്ങൾ കേൾക്കുമ്പോൾ അവർ

ഒന്നണർന്നു വരും. അത്രമാത്രം. പക്ഷേ, ഇക്കൂട്ടരിൽ ഒരു പാർട്ടിയുണ്ട്. വ്യത്യസ്തമായി. അയാൾ മിക്കപ്പോഴുമെന്നെ അലോസരപ്പെടുത്തുന്നുണ്ട്.

എന്റെ എല്ലാ വായനക്കാർക്കും പരിചിതനാണ് പാർട്ടി.

ക്രിക്കറ്റ് എന്ന നോവലിലെ നായകൻ ഉണ്ണി.

ക്രിക്കറ്റിനെ പശ്ചാത്തലമാക്കി ഒരു നോവലെഴുതാൻ തീർച്ചപ്പെടുത്തിയപ്പോൾ നേരെ ഓടിവന്ന് എന്റെ ചിന്തയുടെ പിച്ചിലിറങ്ങി നായകനായി നേതൃത്വം എടുത്ത കഥാപാത്രമാണ് ഉണ്ണി. എറണാകുളത്ത് മഹാരാജാസ് കോളേജിലെ രണ്ടാംവർഷ ബി എസ് സി വിദ്യാർത്ഥി. കൊച്ചിയിൽ അന്ന് ബ്ലൂപ്രിന്റിൽ കിടന്ന കലൂർ ഇന്റർനാഷണൽ സ്റ്റേഡിയത്തിൽ ഇന്ത്യയും പാക്കിസ്ഥാനുമായി നിർണ്ണായകമായ ഏകദിന ക്രിക്കറ്റ് മത്സരം. അവിടെ കേരളത്തിൽനിന്ന് ആദ്യമായി ഒരു കളിക്കാരൻ ഇന്ത്യൻ ടീമിൽ അംഗമായി ഇറങ്ങുകയാണ്. ടൂ ഡൗൺ ബാറ്റ്സ്മാൻ. ഭേദപ്പെട്ട സ്ലോ ബൗളർ. ഉഗ്രൻ ഫീൽഡർ. എനിക്ക് പരിചയമുള്ള തൃപ്പൂണിത്തുറ ക്രിക്കറ്റ് പശ്ചാത്തലം. ഒരു അമ്മയുടെ വാശി. അതിൽ ഒരു കൗമാരപ്രണയത്തിന്റെ ലോലമായ വേദന. ഉണ്ണി ജീവനുള്ള കഥാപാത്രമായി മാറി. എനിക്കുമാത്രമല്ല, ക്രിക്കറ്റ് ഇഷ്ടപ്പെടുന്ന വായനക്കാർക്കൊക്കെ. പക്ഷേ, ഉണ്ണിയെ ഞാൻ ക്രിക്കറ്റിന്റെ ഭാവിയുടെ ഐക്കണാക്കി. വാശിയേറിയ പോരാട്ടത്തിനിടയിലും പാക്കിസ്ഥാൻ ക്യാപ്റ്റനും ഇന്ത്യൻ ക്യാപ്റ്റനും സന്തോഷിക്കുകയാണ്. ഒരു അതിപ്രഗത്ഭനായ ക്രിക്കറ്റ് കളിക്കാരന്റെ വരവിൽ.

ഉണ്ണി കടലാസിൽ വന്നതിനുശേഷം എബി കുരുവിളയും ടിനു യോഹന്നാനും വന്നു. പിന്നെ ശ്രീശാന്തും. എല്ലാവരും ബൗളർമാരായിരുന്നു. ശ്രീശാന്ത് ഉണ്ണിയോട് അടുക്കാറായി. ബാറ്റിങ്ങിലും കഴിവ് കാട്ടാൻ തുടങ്ങി. സഞ്ജു സാംസൻ വന്നപ്പോൾ അല്പം പ്രതീക്ഷയുണ്ടായി. അവസാനം ഇന്ത്യൻ ടീമിൽ ഇടയ്ക്കു പ്രത്യക്ഷപ്പെടാൻ അവസരം കിട്ടിയത് മുതലെടുത്ത് ട്രിപ്പിൾ സെഞ്ച്വറി അടിച്ച് ചരിത്രം രചിച്ച മുംബൈ മലയാളി ആറന്മുളക്കാരൻ അഭിലാഷ് നായരുടെ അടുപ്പക്കാർ വിളിക്കുന്ന ഓമനപ്പേര് ഉണ്ണി എന്നാണെന്ന് പലരും എന്നെ വിളിച്ചുപറഞ്ഞു.

പക്ഷേ, ഞാൻ കാത്തിരിക്കുകയാണ്. എല്ലാ മലയാളികളോടുമൊപ്പം.

ഉണ്ണിക്കു വേണ്ടി.

പ്ലേയറും ക്യാപ്റ്റനും

വാറൻ ബഫറ്റ് എന്ന അമേരിക്കൻ വ്യവസായി ഇരുപതാംനൂറ്റാണ്ട് കണ്ട ഏറ്റവും മികച്ച ഓഹരിനിക്ഷേപകനായിരുന്നു. 2008 ൽ ലോകത്തിലെ ധനവാന്മാരുടെ പട്ടികയിൽ ഒന്നാമനായിരുന്ന അദ്ദേഹം വ്യവസായപ്രമുഖൻ മാത്രമായിരുന്നില്ല, ഫിലന്ത്രോപ്പിസ്റ്റ് എന്നനിലയിൽ തന്റെ സ്വത്തിന്, സമൂഹത്തിന് എൻഡ് യൂസ് കണ്ടെത്തുന്നതിൽ മാർഗ്ഗദർശിയുമായിരുന്നു. *ടൈം* മാസിക അദ്ദേഹത്തെ ലോകത്തിലെ ഏറ്റവും സ്വാധീനമുള്ള വ്യക്തികളിൽ മുൻനിരയിൽ ഉൾപ്പെടുത്തിയിരുന്നു.

അദ്ദേഹം തന്റെ ജീവിതവിജയത്തിന്റെ സുപ്രധാന കാരണമായി ചൂണ്ടിക്കാട്ടിയത് വളരെ ലളിതമായ, നമുക്കറിയാവുന്ന, പക്ഷേ, നാം കാണാത്ത ഒരു വസ്തുതയായിരുന്നു. അദ്ദേഹം പറഞ്ഞു, ഞാൻ അമേരിക്കയിൽ വെള്ളക്കാരനായി ഒരു സാമാന്യം ഭേദപ്പെട്ട കുടുംബത്തിൽ ജനിച്ചു എന്നതാണ് ഇതിനുകാരണം. ഒപ്പം പറയുകയും ചെയ്തു, ഇതേബുദ്ധിയും കഴിവുമുള്ള ഞാൻ ആഫ്രിക്കയിലെ ഉൾനാടൻ കാട്ടുപ്രദേശത്ത് ഒരു നീഗ്രോ കുടുംബത്തിലെ പെൺകുട്ടിയായിട്ടായിരുന്നു ജനിച്ചിരുന്നതെങ്കിൽ എന്തായിരുന്നേനേ സ്ഥിതി?

നമ്മുടെയെല്ലാം ജീവിതത്തിൽ നമ്മുടെ ജനിതകപാരമ്പര്യത്തോടൊപ്പം അവയ്ക്ക് വളരാനും വികസിക്കാനുമുള്ള അന്തരീക്ഷം ലഭിച്ചില്ലെങ്കിൽ അവ മുരടിച്ചുനശിക്കും എന്നത് അനിവാര്യമായ യാഥാർത്ഥ്യമാണ്. ഇതോടൊപ്പം ഈ പശ്ചാത്തലത്തിന്റെ പ്രത്യേകത ഏതു പുതിയ, തികച്ചും അപരിചിതമായ മേഖലകളിൽ എത്തിയാലും, നമ്മെ പിന്തു

ടരുമെന്നതാണ്. ഇത് ആ മേഖലകളിൽ നൂതനമായ സരണികൾ തുറക്കാൻ ചിലപ്പോൾ സഹായിക്കുകയും ചെയ്യും.

ഇത് ശരിക്കും മനസ്സിലായത് മഹേന്ദ്രസിങ് ധോണി എന്ന ഇന്ത്യ കണ്ട ഏറ്റവും പ്രഗത്ഭരായ ക്രിക്കറ്റ് കളിക്കാരിൽ ഒരുവനായ, ഇന്ത്യൻ ടീമിന്റെ അനിഷേധ്യനേതാവ് തന്റെ ടെസ്റ്റ് ക്രിക്കറ്റ് ക്യാപ്റ്റൻ പദവിയിൽനിന്നൊഴിഞ്ഞ വാർത്ത കണ്ടപ്പോഴാണ്.

ധോണി ടെസ്റ്റ് ക്രിക്കറ്റിൽനിന്ന് വിരമിച്ചു. വാർത്ത വന്നത് ബോർഡ് ഓഫ് ക്രിക്കറ്റ് കൺട്രോൾ ഓഫ് ഇന്ത്യയുടെ സർക്കാർ അറിയിപ്പ് ഗസറ്റ് നോട്ടിഫിക്കേഷൻ ശൈലിയുള്ള ഒരു വാർത്താക്കുറിപ്പിലായിരുന്നു. ഇതായിരുന്നു കുറിപ്പ്:

ടെസ്റ്റ് റാങ്കിങ്ങിൽ രാജ്യത്തെ ഒന്നാംസ്ഥാനത്തെത്തിച്ച ഇന്ത്യയുടെ എക്കാലത്തെയും മികച്ച ക്യാപ്റ്റന്മാരിൽ ഒരാളായ മഹേന്ദ്രസിംഗ് ധോണി ക്രിക്കറ്റിലെ മൂന്നുവിഭാഗങ്ങളിലും തുടരുന്നതിലുള്ള മാനസിക സമ്മർദ്ദംമൂലം ടെസ്റ്റ് ക്രിക്കറ്റിൽനിന്നും വിരമിക്കാൻ തീരുമാനിച്ചിരിക്കുന്നു. ഇന്ത്യൻ ടീമിനെ ഇപ്പോഴത്തെ ആസ്ത്രേലിയൻ പര്യടനത്തിലെ അവസാനത്തെ ടെസ്റ്റിൽ വൈസ് ക്യാപ്റ്റൻ വിരാട് കോഹ്‌ലി നയിക്കും.

മെൽബോണിലെ മൂന്നാംടെസ്റ്റ് കഷ്ടിച്ച് സമനിലയിലാക്കാൻ അവസാനംവരെ നിന്ന് 39 പന്തിൽ 24 റണ്ണെടുത്ത് തന്റെ ജനിതകശൈലിയിലെ ഉപരോധത്തിന് വിപരീതമായി പ്രതിരോധ കാവലാളായി നിന്നതിനു ശേഷമാണ് ധോണി അവസാനത്തെ ബാറ്റ് വീശലോട്ടുകൂടി പിച്ച് വിട്ടത്. കളിക്കുശേഷം സാധാരണയായി എല്ലാ ക്യാപ്റ്റന്മാരും നടത്താറുള്ള ഔപചാരിക പത്രസമ്മേളനത്തിൽ ധോണി അതിപ്രഗത്ഭരായ രാഷ്ട്രീയ ബിസിനസ് നേതാക്കളെപ്പോലെ സുപ്രധാനമായ ഈ വാർത്ത, തന്റെ ഈ തീരുമാനം, രഹസ്യമാക്കി വച്ചു.

ഈ സംഭവത്തിന് കുറച്ചുമാസങ്ങൾക്കുമുമ്പു നടന്ന സച്ചിൻ തെൻഡുൽക്കറുടെ വാൻഖഡേ സ്റ്റേഡിയത്തിലെ വിടവാങ്ങൽ വൈകാരിക ആഘോഷം നേരത്തേ അതിമനോഹരമായി സ്ക്രിപ്റ്റ് ചെയ്ത ഒരു സൂപ്പർ ടെലിവിഷൻ പ്രോഗ്രാമായിരുന്നു. അത് നമ്മുടെ കണ്ണുനനയിച്ചു. സച്ചിന്റെ നമ്മുടെ മനസ്സിലുള്ള ഇമേജ് വർദ്ധിപ്പിച്ചു. ധോണിയുടെ വിടവാങ്ങൽ മുംബൈ ശൈലിയല്ലായിരുന്നു. ജാർഖണ്ഡിലെ ഒരു ഗ്രാമീണനെക്കുറിച്ച് വരുന്ന സർക്കാർ വാർത്താക്കുറിപ്പിന്റെ വികാരമില്ലാത്ത പരുത്ത വാക്കുകളിൽ.

എന്താണിതിനു കാരണം?

ധോണി ഒരു കളിക്കാരനായിരുന്നു. ആദ്യവും അവസാനവും. അതിലെ പ്രസിദ്ധിയും പണവുമെല്ലാം സ്വാഭാവികമായി ലഭിക്കുന്ന

സൗകര്യങ്ങൾക്കപ്പുറം ക്രിക്കറ്റുകളിയുടെ ഭാഗമായി അദ്ദേഹം കരുതിയിരുന്നില്ല.

ഇന്ത്യൻ ക്രിക്കറ്റിലെ സമീപകാലത്തെ മൂന്നു പ്രഗത്ഭരുടെ മൈൻഡ്സെറ്റ് നമുക്കൊന്നു നോക്കാം. സച്ചിനായിരുന്നു സൂപ്പർസ്റ്റാർ. എപ്പോഴും ക്യാമറകൾ അദ്ദേഹത്തിന്റെ പിച്ചിലെ മാത്രമല്ല, ഡ്രസ്സിങ് റൂമിലെയും, പ്രസ്സമായും, ആരാധകരുമായുമുള്ള ഇന്ററാക്ഷൻ പോലും മനോഹരമായി കവർചെയ്തു. കളി പിന്നീടാണ് വന്നത്. അടുത്ത ആൾ കപിൽദേവ് ആയിരുന്നു. നാടൻ കളിക്കാരൻ. പക്ഷേ, വിജയമുഹൂർത്തം ആഘോഷിക്കാൻ അദ്ദേഹത്തിലെ പഞ്ചാബി ഹരിയാനാ ഗ്രാമീണൻ മുന്നിലെത്തും. ഇന്ത്യ ആദ്യമായി ലോകകപ്പ് വിജയിച്ചപ്പോൾ ക്യാപ്റ്റൻ കപിൽദേവ് തികച്ചും തുള്ളിച്ചാടി ആസ്വദിക്കുകയായിരുന്നു. 2011 ൽ ഇന്ത്യ വിജയിച്ചപ്പോൾ ക്യാപ്റ്റൻ ധോണി ഒരു ചെറിയ കൈവീശലോടെ തന്റെ ജെഴ്സി ഊരി കാണികളുടേ നേരേ പുഞ്ചിരിച്ച് എറിഞ്ഞ് ആൾക്കൂട്ടത്തിൽ അപ്രത്യക്ഷനാകുകയായിരുന്നു. സച്ചിനായിരുന്നു ഫ്രെയിമുകൾ നിറയെ.

വാസ്തവത്തിൽ ഇന്ത്യൻ ക്രിക്കറ്റിൽ രണ്ടു തട്ടുകളുണ്ട്.

രാജകുമാരന്മാരുടെയും ഗ്രാമീണപ്രജകളുടെയും. ആമിർഖാൻ *ലഗാൻ* എന്ന അതിമനോഹരമായ ക്രിക്കറ്റ് ഇതിവൃത്തമാക്കിയ സിനിമയിൽ അത് കാട്ടി. അതിൽ സായിപ്പന്മാരായിരുന്നു രാജാക്കന്മാർ. ഇന്ത്യക്കാർ പ്രജകളും.

ഇന്ത്യയിൽ തുടക്കകാലത്ത് രാജാക്കന്മാരുടെ ബഹളമായിരുന്നു ക്രിക്കറ്റിൽ. മെല്ലെ അത് മാറി മുംബൈ, ദില്ലി, ബാംഗളൂരു വൻനഗരകളിക്കാർ രാജാക്കന്മാരുടെ സ്ഥാനമെടുത്തു. ഒറിയാ, ബിഹാർ, മദ്ധ്യപ്രദേശ്, ആസാമികൾ ഗ്രാമീണരും. ശരിക്കും ഒരു അർബൻ റൂറൽ ഡിവൈഡ്.

ക്രിക്കറ്റിലെ ഈ വിടവിനെ ശക്തമായി പിടിച്ചുകുലുക്കിയ ആദ്യത്തെ കളിക്കാരൻ കപിൽദേവായിരുന്നു. മണ്ണിനോടും പാരമ്പര്യവ്യവസ്ഥിതിയോടും യുദ്ധംചെയ്യുന്ന നാടൻ ചെറുപ്പക്കാരൻ. കില്ലർ ഇൻസ്റ്റിംക്റ്റ് മറന്ന നഗരരാജകുമാരന്മാരുടെ ഇടയ്ക്ക് അവരെ ഞെട്ടിച്ച് നേതൃത്വം കൈയിലാക്കിയ യുവതുർക്കി. കപിൽ ഇന്ത്യയെ ലോകചാമ്പ്യനാക്കി. പിന്നീട് ആ ലവലിൽ ഇന്ത്യൻ ക്രിക്കറ്റിന് നേതൃത്വം കൊടുത്തത് വെറും ബിഹാറി ജാർഖണ്ഡ് നാടൻ ധോണിയും. കപിൽദേവിന് ആ നാടനിൽനിന്ന് രാജകുമാരനാകാൻ കഴിഞ്ഞില്ല. ധോണി രാജകുമാരനാകാൻ കഴുത്തു നീട്ടിയില്ല.

അന്താരാഷ്ട്ര ക്രിക്കറ്റ് ഉത്ഭവകാലം മുതൽ അഞ്ചോ ആറോ ദിവസം നീണ്ടുനിൽക്കുന്ന ടെസ്റ്റ് ഫോർമാറ്റിലും മൂന്നുദിവസം നീണ്ടുനിൽക്കുന്ന സാധാരണ മത്സരങ്ങളിലുമായിരുന്നു. സംഭവം നശിച്ച് മണ്ണടിയുമെന്ന

നിലവന്നപ്പോൾ ടെലിവിഷൻവന്നു. ക്രിക്കറ്റിന് ഓരോ ഓവറിനിടയിലും പരസ്യം കാട്ടാനുള്ള ഇടവേള ലഭിക്കുമെന്ന കാരണംകൊണ്ട് ഈ കളിയെ വളരെ ജനപ്രീതിയുള്ള ഉത്പന്നമാക്കി വിൽക്കാമെന്ന ഐഡിയ വന്നു. സംരംഭകർ വന്നു. നിക്ഷേപകർ വന്നു. കോർപ്പറേറ്റുകൾ ചാകര ദർശിച്ച് ഓടിയെത്തി.

കളിയുടെ നീളം കുറച്ചു. ഏകദിനം. ആറുമണിക്കൂർകൊണ്ട് കളി തീരും.

പിന്നെ ട്വന്റി20. മൂന്നുമണിക്കൂർ. ഒരു സിനിമയുടെ സമയം.

കളിയുടെ രൂപം മാറി. ഭാവം മാറി. കളിക്കാർ കോടീശ്വരരായി.

ലക്ഷ്യം തത്സമയ എന്റർടെയിന്റ്മെന്റ് മാത്രമായി. ഓരോ ഫോർമാറ്റിലും അതിനനുസരണമായി വിദഗ്ധരായ കളിക്കാർ തങ്ങളുടെ കളിയുടെ നൈസർഗികരീതിയെ അഡ്ജസ്റ്റ് ചെയ്യാൻ ശ്രമിച്ചു. പലരും പരാജയപ്പെട്ടു. പക്ഷേ, അപൂർവം ചിലർ വിജയിച്ചു. അവർക്ക് കളിയിൽ മാത്രമല്ല വിജയിക്കേണ്ടിയിരുന്നത്. അപ്രതീക്ഷിതമായി ലഭിച്ച സമ്പത്തിനോടും പ്രശസ്തിയോടും പേജ് ത്രീ ഗോസിപ്പുകളോടും അഡ്ജസ്റ്റു ചെയ്യണമായിരുന്നു. അതിൽ പൂർണ്ണമായി വിജയിച്ചത് സച്ചിനായിരുന്നു.

ധോണി രംഗപ്രവേശം ചെയ്തത് അറ്റാക്കിംഗ് ബാറ്റ്സ്മാനായിട്ടായിരുന്നു. ഏകദിനത്തിന് പറ്റിയ ശൈലി. പക്ഷേ, തന്റെ ടെസ്റ്റ് ക്രിക്കറ്റിലെ സ്ഥാനം ഉറപ്പിക്കാൻ അദ്ദേഹം കളിയുടെ ശൈലി ആവശ്യമനുസരിച്ച് മാറ്റി. ക്യാപ്റ്റന്റെ ഒന്നിലും കുലുങ്ങാത്ത ഭാവം. തന്റെ സീനിയേഴ്സിനെ മെരുക്കി. ക്രിക്കറ്റേതരമായ സമാന്തരമേഖലകളിലും അദ്ദേഹം മെല്ലെ നേതൃത്വമെടുത്തു.

സച്ചിനെക്കാൾ വിലയുള്ള ഐക്കണായി.

സച്ചിൻ തെൻഡുൽക്കർ ക്യാപ്റ്റൻസി തന്റെ ബാറ്റിങ്ങിനെയും മൈതാനത്തെ മികവിനെയും പ്രതികൂലമായി ബാധിക്കുമെന്ന് കണ്ടപ്പോൾ ക്യാപ്റ്റൻസി വിട്ട് വെറും കളിക്കാരനായി ടീമിൽ തുടരാൻ മടികാട്ടിയില്ല. ധോണി ക്യാപ്റ്റനായി ചാർജ്ജെടുക്കുമ്പോൾ അതിപ്രഗത്ഭരും പരിചയസമ്പന്നരുമായ അനവധി സീനിയർ കളിക്കാർ ടീമിലുണ്ടായിരുന്നു. രാഹുൽ ദ്രാവിഡ്, അനിൽ കുംബ്ലെ, സൗരവ് ഗാംഗുലി, സച്ചിൻ തെൻഡുൽക്കൽ, വി വി എസ് ലക്ഷ്മൺ, വീരേന്ദർസെവാഗ്, ഗൗതം ഗാംഭീർ, യുവരാജ് സിംഗ്, അനവധി പേർ. അവരെ മെരുക്കി ടീമിനെ ഒന്നാക്കി ലോകത്തിലെ ഒന്നാം റാങ്കിങ് മൂന്നു ഫോർമാറ്റിലും പലപ്പോഴായി നേടിയെടുക്കാൻ അദ്ദേഹത്തിന് കഴിഞ്ഞു. അത് ഇന്ത്യൻ ഗ്രാമീണനേതൃപാടവത്തിന്റെ വിജയമായിരുന്നു.

ധോണി താനറിയാതെ ക്രിക്കറ്റ് രാജകുമാരക്കൂട്ടത്തിൽ ഉന്നതനായി.

ക്രിക്കറ്റിലെ മൂന്നുവിഭാഗങ്ങളിലും വിജയിയായി തുടരുന്ന കളിക്കാരന്റെ മാനസികസമ്മർദ്ദമാണ് ഈയൊരു ഫോർമാറ്റിലെ ക്യാപ്റ്റൻ സ്ഥാനത്തുനിന്ന് വിരമിക്കാൻ കാരണമായി ബി സി സി ഐ പറയുന്നത്. ഈ മാനസികസമ്മർദ്ദത്തെ പത്തുകൊല്ലമായി കൂടെക്കൊണ്ടു നടന്ന ധോണിക്ക് ഈ വിടവാങ്ങലിനുമുമ്പുള്ള ഒരു വർഷമായി ക്രിക്കറ്റിനു പുറത്തുള്ള അനുബന്ധമേഖലകളിൽ വന്നുകൊണ്ടിരിക്കുന്ന ആരോപണങ്ങളും, ഐ പി എൽ ഒത്തുകളി വിവാദത്തിൽ സംശയത്തിന്റെ മുനയിൽ നിർത്തിയതും, മുഡ്ഗൽ റിപ്പോർട്ടിലെ ഇന്ത്യൻ സിമന്റ്സ് ചെന്നൈ സൂപ്പർ കിങ്സ് ബിസിനസ് കണക്ഷനും, അവിടെ സ്ഥാനങ്ങൾ വഹിക്കുന്നതും, ടീം സെലക്ഷനിൽ ഏകാധിപതിയായി പെരുമാറുന്നു എന്ന മുറുമുറുക്കലുമെല്ലാം വല്ലാതെ അസ്വസ്ഥനാക്കാതിരുന്നു കാണണം.

അവിടെ സ്വാഭാവികമായും ഉണ്ടായിക്കൊണ്ടിരിക്കുന്ന മാനസിക സമ്മർദ്ദം ടെസ്റ്റ് ക്യാപ്റ്റൻസിയെക്കാൾ പതിന്മടങ്ങു വലുതാണ്.

ധോണിക്ക് മുപ്പത്തിമൂന്നാംവയസ്സിൽ ഈ ചെറിയ മോചനം തന്റെ കളിമിടുക്കിൽ കൂടുതൽ ഊർജ്ജസ്വലത കൊണ്ടുവരും. തീർച്ചയാണ്. ധോണിയുടെ അറ്റാക്കിങ് ശൈലി നമുക്കുവേണം. ഇന്ത്യൻക്രിക്കറ്റിലെ വരുംതലമുറയ്ക്ക് അത് ആവശ്യമാണ്.

ചൂതുകളിയും മാർവാഡിയും

1959. എനിക്കന്ന് 23 വയസ്സ്. മദ്ധ്യപ്രദേശിലെ ഇൻഡോർ നഗരത്തിലെ പ്രധാന സ്പോർട്ട്സ് കോംപ്ലക്സ്. പ്രസിദ്ധമായ ജിംഖാന ക്ലബ്. ഇന്ത്യൻ ക്രിക്കറ്റിന്റെ കാരണവരായ സി കെ നായിഡു അടുത്താണ് താമസം. എന്നും അവിടെവരും. 15 വയസ്സിൽ താഴെയുള്ള കുട്ടികളെ മാത്രം ചേർത്തുള്ള അദ്ദേഹത്തിന്റെ ക്രിക്കറ്റ് ടീം ഇൻഡോർ ലീഗിൽ കളിക്കുന്നുണ്ട്.

ഞങ്ങൾ, ജോധ്പൂർകാരൻ വിനോദ് മിത്തലും വാരാണസിക്കാരൻ പ്രകാശ് ശ്രീവാസ്തവയും ജലന്ധർകാരൻ ഓം പ്രകാശ് സർദാനയും, ഞാനും ഒന്നിച്ചാണ് താമസം. എന്നും വൈകിട്ട് ടേബിൾടെന്നീസ് കളിക്കാൻ ഞാനും സർദാനയും ജിംഖാന ക്ലബ്ബിൽപോകും. ഒരുമണിക്കൂർ കളിക്കാം. മാസം അഞ്ചുരൂപയാണ് ഫീസ്. പന്ത് നമ്മൾ കൊണ്ടുചെല്ലണം. അന്ന് ഹാലക്സ് ടേബിൾ ടെന്നീസ് ബോളിന് എട്ടണയാണ് വില. അമ്പതുപൈസ. ഒരു ഊണിന് ആറണയാണ് അക്കാലത്ത് റേറ്റ്. ഞങ്ങളുടെ ട്രെയിനിങ് കാലത്തെ മാസശമ്പളം അലവൻസുൾപ്പെടെ നൂറ്റിഎൺപതുരൂപയും.

ഞങ്ങളെ കൂടാതെ സ്ഥിരമായി കളിക്കാൻവരുന്ന വേറെയും നാലഞ്ചു ചെറുപ്പക്കാരുണ്ട്.

ഞാൻ ഒരുമാതിരി നന്നായി കളിക്കുമായിരുന്നു. ഞാനായിരുന്നു ഇൻഡോറിലെ ആ ജിംഖാനാ കൂട്ടായ്മയിലെ മെച്ചപ്പെട്ട കളിക്കാരൻ.

കളികാണാൻ മിക്കവാറും ദിവസം നാലുപേർ കൃത്യമായി ഒരുമിച്ച് വരാറുണ്ട്. ഞങ്ങൾക്കു സന്തോഷം. സ്ഥിരം കാണികൾ ഏതൊരു

കളിക്കാരനും ആവേശം നൽകുന്നതാണല്ലോ. കുറച്ചുനാൾ കഴിഞ്ഞ് യാദൃച്ഛികമായി ഞാൻ എന്റെ കളിയെ കാണികൾ പുകഴ്ത്തുന്നതിനെക്കുറിച്ച് കൂട്ടുകാരുടെ ഇടയിൽ സംസാരിക്കുമ്പോൾ വിനോദ് മിത്തൽ പറഞ്ഞു,

"മോഹൻ, നീയെന്താ വിചാരിച്ചത്? അവര് നിന്റെ കളിയുടെ മിടുക്ക് കാണാൻ വരുന്നതെന്നാണോ?"

"പിന്നെ?"

"അവര് ചൂതുകളിക്കുകയാണ്. ബെറ്റുവയ്ക്കുകയാണ്. കൂടുതലും നിന്നെ വച്ചാണ് ബെറ്റ്."

എനിക്കു മനസ്സിലായില്ല.

വിനോദ് മിത്തൽ രാജസ്ഥാനി ബനിയാ ആണ്. മാർവാഡി പാരമ്പര്യവൈശ്യൻ. ബിസിനസ്‌രക്തം. നാം മലയാളിക്കു മനസ്സിലാകാത്ത ചൂതുകളിയുടെ മനശ്ശാസ്ത്രം മിത്തൽ എനിക്കു പറഞ്ഞുതന്നു. "മാർവാറി ഒരു നിമിഷവും വെറുതെ കളയുകയില്ല. പണമുണ്ടാക്കുക. പണം പണത്തിനു വേണ്ടി. പണത്തിന്റെ വിലയോടൊപ്പം അതുനേടാനുള്ള ശ്രമത്തിന്റെ ത്രില്ലും പ്രധാനമാണ്. പുരാണത്തിലെ ധർമ്മപുത്രർ പണ്ഡിതനും ധർമ്മിഷ്ഠനും ഒക്കെയാണ്. പക്ഷേ ഏറ്റവും ആവേശം കാട്ടുന്ന ചൂതുകളിക്കാരനും. അല്ലേ? മോഹൻ, നീയും കൂട്ടരും ഓരോ ഗെയിമും കളിക്കുമ്പോൾ അവർ മിണ്ടാതിരുന്ന് ബെറ്റുവയ്ക്കുകയാണ്. ആരു ജയിക്കും? സ്കോറ് എന്തായിരിക്കും? ഓരോന്നിനും ഹാൻഡിക്കാപ്പ്. സ്ക്കോറ് വ്യത്യാസമനുസരിച്ച് നേരത്തേ തീർച്ചപ്പെടുത്തിയ അനുപാതത്തിൽ ബെറ്റുതുക കൈമാറും. ഇവർ മദ്യപിക്കുകില്ല. നോൺ വെജാണ്. സ്ത്രീകളെ ബഹുമാനിക്കും. അന്യോന്യം ചതിക്കുകില്ല. വാക്കിന് കടലാസിലെഴുതിയ പ്രമാണത്തെക്കാൾ വിലനൽകും. അവർക്ക് വിശ്രമത്തിനിടയിലും ചൂതുകളിയുടെ രസംതേടും. നിനക്ക്, കേരളാ മദ്രാസിക്ക് ഇതൊന്നും മനസ്സിലാകില്ല. നീയൊക്കെ ദ്രാവിഡനല്ലേ?"

എനിക്ക് ഞങ്ങളുടെ കളികാരണം കൈമാറുന്ന തുകയുടെ ഏകദേശരൂപം അറിയണമെന്നുണ്ടായിരുന്നു.

മിത്തൽ പറഞ്ഞു,

"ആരുമത് കൃത്യമായി പറയുകില്ല. പക്ഷേ, ചുരുങ്ങിയത് ദിവസവും അയ്യായിരം തീർച്ചയാണ്."

"എന്റെ ദൈവമേ!"

മാസം അഞ്ചുരൂപാ വരിക്കാരനായ ഞാൻ നേരെ ബമ്പർ വരുമ്പോൾ ഞെട്ടുന്ന സി കെ നായിഡുടീമിലെ പന്ത്രണ്ടുവയസ്സുകാരൻ ബാറ്റ്സ്മാനെക്കാൾ ഞെട്ടിപ്പോയി.

ലോകത്തിലെ ഏറ്റവും ധനികരിൽ ബഹുഭൂരിപക്ഷവും വ്യവസായപ്രമുഖരോ, ഭൂസ്വത്തുടമസ്ഥരോ, രാഷ്ട്രീയക്കാരോ, തോക്കുകച്ചവട

ക്കാരോ അല്ല, ഓഹരിവിപണിയിലെ ഫണ്ട് മാനേജ് ചെയ്യുന്ന, മുഖം പുറത്തു കാണിക്കാത്ത ചൂതുകളിക്കാരാണെന്ന് അവരുടെ ബയോഡാറ്റ പരിശോധിച്ചാൽ അറിയാം. വ്യവസായപ്രമുഖർപോലും ഷെയർ മാർക്കറ്റിൽ തങ്ങളുടെ കമ്പനികളുടെ ഓഹരിമൂല്യം മാനേജ് ചെയ്യുന്നതിലുള്ള മിടുക്കിനെ ആസ്പദമാക്കിയാണ് കോടീശ്വരരുടെ ലിസ്റ്റിൽ കയറുന്നതും ഇറങ്ങുന്നതും. അംബാനിമാരുടെ റാങ്കിങ് അവരുടെ റിലയൻസ് കമ്പനികളുടെ സ്റ്റോക്ക് മാർക്കറ്റിലെ അന്നന്നത്തെ ഓഹരിവിലയനുസരിച്ചാണ് ഫോർബ്സ് കണക്കാക്കുന്നത്. വ്യവസായത്തിന്റെ ആസ്തി അതിൽ വരുന്നതേയില്ല.

ഇത്തരം ഓഹരിച്ചൂതുകളിയിൽ ഈയിടെ അമേരിക്കയിലെ ഒരു കമ്പനി ലോകവ്യാപകമായി നടത്തിയ ഒരു സർവെയിൽ ജൂതസമൂഹവും ഇന്ത്യൻ മാർവാഡിസമൂഹവുമാണ് മുൻപന്തിയിൽ നിൽക്കുന്നതെന്നും അതിനുകാരണം ധൈര്യമായി, ബുദ്ധിപൂർവമായി ചൂതുകളിക്കാൻ അവർക്ക് ജന്മനാ സിദ്ധി കിട്ടിയിട്ടുണ്ടെന്നുമുള്ളതാണ്.

ശരിയായിരിക്കാം. ഇൻഡോറിലെ പ്രധാന കമ്പോളമായ രാജ്ബാഡയിൽ മിത്തൽ എന്നെ കൂട്ടിക്കൊണ്ടുപോയി. ഉച്ചസമയം. നല്ലചൂട്. കടകളിലേക്ക് ആൾക്കാർ എത്തുന്നതേയുള്ളൂ. അവിടെ തണലിൽ മൂന്നുപേർ കൂടിയിരിക്കുന്നു. അല്പം മുന്നിലേക്കുനീട്ടി ഒരു കഷണം ശർക്കര ഒരാൾ എറിഞ്ഞു. എന്നിട്ട് അവർ ബെറ്റു വയ്ക്കുകയാണ്. സ്റ്റോപ്പ് വാച്ചുണ്ട്. അഞ്ചുമിനുട്ടിൽ എത്ര ഈച്ചകൾ ശർക്കരയിൽവന്നു മുത്തും. ഒന്നിന് രണ്ട്. രണ്ടിന് മൂന്ന്. എന്തേ ഇത്? വാതുവയ്പാണ്. വെറുതെ സമയം കളയേണ്ടല്ലോ.

ഒരു ഉപദേശവും എനിക്ക് മിത്തൽ തന്നു. ചൂതുകളിക്കുന്നത് വെറും റിസ്ക്ക് എടുക്കുകയാണ്. റിസ്ക്ക് എടുക്കുന്നത് പാപമല്ല. മോഷണമോ അഴിമതിയോ ചെയ്യാതെ ലോകത്തിൽ ധനവാന്മാരായിട്ടുള്ളവർ റിസ്ക്ക് എടുക്കുന്നവർ മാത്രമാണ്.

കൊച്ചിയിൽ കൊച്ചി ടസ്ക്കേഴ്സ് എന്ന ഐ പി എൽ ക്രിക്കറ്റ് ടീം രൂപീകരിച്ചപ്പോൾ അതിൽ ഒരു മലയാളിയും പണം മുടക്കിയില്ല. ബറോഡയും അഹമ്മദാബാദും നഗരങ്ങളുടെ പേരിനെക്കാൾ മാർക്കറ്റ് വാല്യൂ കൊച്ചി എന്ന പേരിനാണെന്ന് ഊഹിച്ച് വാതുവെച്ച് ടീമുണ്ടാക്കിയത് അവിടുത്തെ മാർവാഡികളായിരുന്നു.

പി ടി ഉഷയും ടിനു യോഹന്നാനും സ്കൂൾ കായികമേളയും

ഞാൻ വടക്കേഇന്ത്യയിൽനിന്ന് 1976 ൽ കേരളത്തിൽ എറണാകുളത്ത് സ്ഥിരതാമസക്കാരനായി വന്നതിനുശേഷം സാധാരണയായി എല്ലാവർഷവും കുടുംബസമേതം രണ്ടാഴ്ച ഇന്ത്യയിലെ ഉൾനാടൻ ഗ്രാമങ്ങളിലും നഗരങ്ങളിലും യാത്രചെയ്യാറുണ്ടായിരുന്നു. ഒരു കഥയെഴുത്തുകാരന്റെ ഇന്ത്യൻ അപ്ഡേറ്റിങ്. എറണാകുളത്തുനിന്നും ട്രെയിനിൽ മൂന്നാംക്ലാസ് സ്ലീപ്പറിൽ നേരത്തെ പ്ലാനിട്ട് ഒരു മേജർ റെയിൽവേ ജങ്ഷനിലേക്ക് ടിക്കറ്റെടുക്കും. രണ്ടുമൂന്നുദിവസം ട്രെയിൻയാത്ര. പിന്നെ എട്ടുപത്തു ദിവസം കഴിഞ്ഞുള്ള ട്രെയിൻ മടക്കയാത്ര. ഇതിനിടയ്ക്കുള്ള ദിനങ്ങൾ ഒരു വാടകക്കാറിൽ പത്തുനൂറു കിലോമീറ്റർ നാടുകാണൽ. ഇതിനൊരു പ്ലാൻചെയ്ത റൂട്ട് ഉണ്ടാകില്ല. ഒരു ആരാധനാലയമോ ടൂറിസ്റ്റ് കേന്ദ്രമോ ചരിത്രസ്മാരകമോ കൃത്യമായ ലക്ഷ്യം ഉണ്ടാകാറില്ല. അവ ഉണ്ടെങ്കിൽ നല്ലത്. ഒരു ബോണസ്. അത്രമാത്രം. ഇല്ലെങ്കിലും കുഴപ്പമില്ല. ലക്ഷ്യം ഇന്ത്യ കാണുക, ഇന്ത്യയെ മനസ്സിലാക്കുക. എനിക്കൊരിക്കലും പത്രങ്ങളിലൂടെയോ പുസ്തകങ്ങളിലൂടെയോ സിനിമയിലൂടെയോ ലഭിക്കാത്ത അറിവ് കിട്ടുന്നു. കഥയെഴുത്തുകാരനായ ഞാൻ കൂടുതൽ വിജ്ഞനാകുന്നു.

അത്തരമൊരു യാത്ര. അന്ന് ഗുജറാത്തിൽ വടക്കുപടിഞ്ഞാറൻ ഭാഗത്തുകൂടി പോകുകയായിരുന്നു. വഴിക്കുകണ്ട ഒരു സാധാരണ ചെറുഗ്രാമത്തിൽ ചെന്നുകയറി. ഒരു സ്കൂളുണ്ട്. അഞ്ചാംക്ലാസുവരെയുള്ള എലമെന്ററി വിദ്യാലയം. അവിടുത്തെ ഹെഡ്മാസ്റ്ററുമായി കുറെ സമയം ചെലവഴിച്ചു. അദ്ദേഹം ഗുജറാത്തിയിൽ ബിരുദധാരിയാണ്. കടിച്ച

പിടിച്ച് ഇംഗ്ലീഷും ഹിന്ദിയും പറയും. അദ്ദേഹത്തിന് കേരളത്തെക്കുറിച്ച് അറിയാം. ബംഗാൾപോലെ കമ്യൂണിസമെന്ന ഗഡ്ബഡ് ഉള്ള നാടാണ് കേരളം.

ഞാൻ ചോദിച്ചു,

"കേരളത്തിലെ ആരെക്കുറിച്ച് കേട്ടിട്ടുണ്ട്?" ഞാൻ പേരുകൾ പറഞ്ഞു.

"ഇ എം എസ്? കരുണാകരൻ? ആന്റണി? നായനാർ? യേശുദാസ്? മമ്മൂട്ടി?"

"ഇല്ല. ആരെയും കേട്ടിട്ടില്ല."

"പിന്നെ? കേരളത്തിലെ ആരെയും അറിഞ്ഞുകൂടേ?"

അദ്ദേഹം ചിരിച്ചു. പറഞ്ഞു:

"തുമാരെ കേരൾ മേം ഉഷാജി കെ സിവാ ഔർ കോൻ ഹൈ?"

(നിങ്ങളുടെ കേരളത്തിൽ ഉഷാജി അല്ലാതെ ആരുണ്ട് ?)

പി ടി ഉഷ.

ഇത് കഥയല്ല. സത്യമാണ്. നാം കാണാനിഷ്ടപ്പെടാത്ത സത്യം. കേരളം ഇന്ത്യയ്ക്കു നൽകിയ ഏറ്റവും മികച്ച സംഭാവന പി ടി ഉഷയായിരുന്നുവെന്ന ഇന്ത്യൻ ഗ്രാമീണമനസ്സിലെ സത്യം നമ്മുടെ മാധ്യമ ഇവന്റ് മാനേജ്മെന്റുകളിൽ കുരുങ്ങിയ കേരളമനസ്സിന് ഉൾക്കൊള്ളാൻ വിഷമമായിരിക്കുന്നത് അതുകൊണ്ടായിരിക്കണം. പി ടി ഉഷ, ഉഷയിൽ തുടങ്ങി ഉഷയിൽ അവസാനിച്ചതും. നമുക്ക് പുതിയ പി ടി ഉഷമാർ ഉണ്ടായില്ല.

കടപ്പുറവും മൈതാനങ്ങളും ഇന്നുമുണ്ട്. അവിടെ ഓടാനും ചാടാനും എറിയാനും മിടുക്കരായ കുട്ടികൾ രക്ഷാകർത്താക്കളെ വെട്ടിച്ച് വരാറുമുണ്ട്. പക്ഷേ, എന്തോ എവിടെയോ കുഴപ്പം? എന്തേ പി ടി ഉഷമാർ ഇവരിൽനിന്നും തലപൊക്കുന്നില്ല?

കൊച്ചിയിൽ സ്കൂൾ കായികമേള അരങ്ങേറുകയാണ്. യൂണിഫോറവും വിലകുറഞ്ഞ ലോ ക്വാളിറ്റി ആഡിഡാസ് വ്യാജൻ സ്പൈക്ക്സും ധരിച്ച കുട്ടികളുണ്ട്. ടീം സ്പിരിറ്റുണ്ടാക്കാൻ പാട്ടുകളാണ് ഏറ്റവും ഉതകുന്നത്. ചിലകുട്ടർക്ക് സ്വന്തം റിയാലിറ്റി ഷോ പാട്ടുമുണ്ട്. താളവുമുണ്ട്. വാശിയും ആവേശവും കണ്ണുകളിൽ തിളങ്ങുന്നുമുണ്ട്.

ഞാൻ ചോദിച്ചു,

"എറണാകുളത്ത് വന്നിട്ട് എന്തു കഴിക്കണമെന്നാ ആഗ്രഹം?"

"പിസാ."

പിസാ കണ്ടിട്ടില്ല. കേട്ടിട്ടുണ്ട്.

"വീട്ടിൽ എന്താ കഴിക്കാറ് ?"

"കപ്പയും കഞ്ഞിയും."

ഇന്ത്യ കൃത്യമായി അതിരിട്ട രണ്ടുതരം പ്രജകളുടെ നാടായി മാറിക്കഴിഞ്ഞു. ഒളിമ്പിക്സിൽ നാം ആകെയൊരു വ്യക്തിഗതസ്വർണ്ണം നേടിയത് കോടീശ്വരരായ ഇന്ത്യക്കാരുടെ കുട്ടികൾക്കുമാത്രം എത്തിനോക്കാവുന്ന ഷൂട്ടിംഗിലാണ്. കെനിയയിലെയും ജമൈക്കയിലെയും പോലെ അത്‌ലറ്റിക്സ് ജീനുകൾ നിറയെയുള്ള കുട്ടികൾ നമുക്കുമുണ്ട്. നല്ല ഉദാഹരണം പി ടി ഉഷ കാട്ടിത്തന്നു. പക്ഷേ, ആ സിദ്ധികളെ വളർത്താനുള്ള ഭൗതികസാഹചര്യം നാം ബി പി എൽ ക്ലാസിലൊതുക്കിയ കുട്ടികൾക്കില്ലാതാക്കി.

എവിടെയോ എന്തോ നാറുന്നോ?

പി ടി ഉഷ ഓടിത്തുടങ്ങിയ കാലത്തിനുശേഷം വന്ന മാറ്റം.

നല്ല പോഷകഭക്ഷണം വീട്ടിൽ ലഭിക്കാൻ സാമ്പത്തികസൗകര്യമുള്ള കുട്ടികളെ സി ബി എസ് സി/ ഐ എസ് സി ഇ സ്കൂളുകൾ കളിക്കളത്തിൽനിന്ന് കമ്പ്യൂട്ടറിലേക്കും എൻട്രൻസ് കോച്ചിംഗ് ക്ലാസുകളിലേക്കും മാറ്റി. അവിടെ വിലപിടിച്ച ബ്രാൻഡെഡ് സ്പോർട്ട്സ് കിറ്റ് ആഡംബരത്തിന്റെയും ഈഗോയുടെയും മാത്രം ഭാഗമാണ്. അവിടെനിന്ന് നമുക്കാകെ ലഭിച്ചത് ഒരു ശ്രീശാന്താണ്.

ലോങ്ജംപ് താരം ടി സി യോഹന്നാന്റെ മകൻ ടിനു ലോങ്ജംപ് ചാടിയില്ല. ഓടിയുമില്ല. പകരം ക്രിക്കറ്റിലെത്തി. നമ്മുടെ കായികരംഗത്തെ മാറ്റത്തിന്റെ മികച്ച ഉദാഹരണമാണ് ഇത്.

ഇന്ന് സ്കൂൾ കായികമേളകളിൽവരുന്ന മിടുക്കരായ കുട്ടികളുടെ ശാരീരികക്ഷമതയും ഓടിക്കഴിഞ്ഞാൽ ഇനിയെന്ത് എന്ന സ്വാഭാവികമായ, പക്ഷേ, ഉത്തരം ലഭിക്കാൻ വിഷമമായ ചോദ്യവും സ്പോർട്സ് പ്രേമികളുടെ മനസ്സാക്ഷിയെ അലട്ടേണ്ടതാണ്.

ലോകംകണ്ട ഏറ്റവും മികച്ച അത്‌ലറ്റായിരുന്ന ജെസ്സി ഓവൻസ്. കറുത്തനിറക്കാരൻ. ദരിദ്രൻ. 1936 ലെ ബർലിൻ ഒളിമ്പിക്സിൽ 100 മീറ്റർ, 200 മീറ്റർ, 100 മീറ്റർ ഹർഡിൽസ്, 4:100 റിലേ ഇവയിൽ സ്വർണ്ണമെഡൽനേടി കറുത്തവരെ വെറുക്കുന്ന ഹിറ്റ്‌ലറെ അദ്ദേഹത്തിന്റെ തട്ടകത്തിൽത്തന്നെചെന്ന് ഞെട്ടിച്ചു. പക്ഷേ, തിരിച്ച് അമേരിക്കയിലെത്തി ജീവിക്കാൻവേണ്ടി ബേസ്ബോൾലീഗ് മാച്ചുകളുടെ ഇടവേളകളിൽ കാണികളെ രസിപ്പിക്കാനായി അദ്ദേഹത്തിന് കുതിരകളുമായി പ്രദർശന ഓട്ടമത്സരങ്ങൾ നടത്തേണ്ടിവന്നു. ഇന്ന് ആ ഗതി അമേരിക്കയിലില്ല. കറുത്തവർഗ്ഗക്കാരനായ ദരിദ്രപശ്ചാത്തലത്തിൽ വളർന്ന ഒബാമ അവിടെ പ്രസിഡന്റുവരെയായി.

ആ മാറ്റം നമുക്കും വരണം.

നമ്മുടെ സംസ്ഥാന സ്കൂൾ കായികമേളയിൽ മാർച്ച്പാസ്റ്റ് നടത്തുന്ന കുട്ടികൾ കേരളീയസമൂഹത്തിന്റെ ബി പി എല്ലുകളാണ്. അവരിൽ

അനവധി പി ടി ഉഷമാരും ജെസ്സി ഓവൻസുമാരുമുണ്ട്. അവരെ ആഘോഷത്തിന്റെ ഭാഗമാക്കി മുരടിപ്പിക്കരുത്.

അതിനെന്താ വേണ്ടത് ?

തീരുമാനങ്ങളെടുക്കാൻ ശക്തിയും അധികാരവുമുള്ള ജനനേതൃത്വത്തിന് ഒരു അത്‌ലറ്റിക്ക് മനസ്സുണ്ടാക്കുക.

നൂറുകണക്കിന് പി ടി ഉഷമാർ നമ്മുടെ കുട്ടികളിലുണ്ട്. അവരുടെ ഉള്ളിൽ വാശിയും അവർക്കൊരു സ്വപ്നവുമുണ്ട്.

അത് കേരളത്തിന്റെ പൊതുസ്വത്തായി നമുക്ക വളർത്തണം.

വടംവലി

ഇത് കുറച്ചുവർഷംമുമ്പ് കേരളത്തിലെ അനവധി കളിയിടങ്ങളിൽ ഭംഗിയായിനടന്ന ദേശീയ ഗെയിംസിലെ ഓരോ ഐറ്റത്തിലും നമ്മുടെ കായികതാരങ്ങൾ മെഡലിനുവേണ്ടി നടത്തിയ വടംവലിയുടെ കഥയല്ല. അതുപോലെ ഈ ഗെയിംസിലെ അഴിമതിയുടെ പേരുപറഞ്ഞ് രാഷ്ട്രീയക്കാരും ഉദ്യോഗസ്ഥരും സിനിമക്കാരും മീഡിയായും അന്യോന്യം നടത്തിയ വടംവലിയുടെ കഥയുമല്ല.

പത്രത്തിലും ടി വിയിലും അടുത്തടുത്ത് രണ്ടുവാർത്തകൾ കണ്ടു.

ഒന്ന് തികച്ചും പോസിറ്റീവും മറ്റത് തികച്ചും നെഗറ്റീവും.

ആദ്യത്തേത് മുഖ്യമന്ത്രിയും ലോകഫുട്ബോൾ അസോസിയേഷൻ പ്രതിനിധിയും കൂടി ഗ്രേറ്റർ കൊച്ചി ഡെവലപ്പ്മെന്റ് ആഫീസിൽ വച്ച് ഒരു എഗ്രിമെന്റ് ഒപ്പിടുന്ന പടവും വാർത്തയും. അണ്ടർ 17 യുവ ഫുട്ബോൾ ലോകകപ്പിന് കൊച്ചികൂടി വേദിയാകുന്നു. ഇന്ത്യയിൽ ആദ്യമായാണ് ലോകകപ്പിന്റെ ഈ കുഞ്ഞുവേർഷനെങ്കിലും എത്തുന്നത്. അപ്പോൾത്തന്നെ ബംഗളൂരു, ഹൈദരാബാദ്, ചെന്നൈ മഹാനഗരങ്ങളെ പിന്നിലാക്കി ദക്ഷിണേന്ത്യയിലെ ഏക കളിക്കളമായി കേരളം ഈ നേട്ടം കൈവരിച്ചു. അതിന്റേതായിരുന്നു എഗ്രിമെന്റ്.

രണ്ടാമത്തേത്, മുഖ്യമന്ത്രി രാജിവയ്ക്കണം എന്ന എക്കാലത്തെയും സ്ഥിരം പല്ലവി. ഈ വാർത്തയിലും സ്ഥിരം കോലംകത്തിക്കലും അഴിമതി ആരോപണങ്ങളുമാണ് കണ്ടെന്റ്. അഴിമതിയുടെ തെളിവുകൾ ഇതാ പിന്നാലെ, വന്നുകൊണ്ടേയിരിക്കുന്നു എന്ന ഇലക്ഷൻസമയത്ത്

നേതാവിന്റെ വരവിനെ അനൗൺസ് ചെയ്യുന്ന പൈലറ്റ് വാഹനമൈക്ക് ടൈപ്പ് ആവേശവാക്കുകളും.

ഈ വാർത്തകളിൽ രണ്ടാമത്തേതാണ് പോസിറ്റീവ് എന്നുകരുതുകയും കളികൾ അനാവശ്യമെന്നു കരുതുകയും ചെയ്യുന്ന പല സുഹൃത്തുക്കളും എനിക്കുണ്ട്. തീരെ യാദൃച്ഛികമായി ഇതേക്കുറിച്ച് സംസാരിക്കുന്നതിനിടയിൽ ഞാൻ പറയുകയുണ്ടായി.

കേരളമാണ് നാഷണൽ ഗെയിംസിൽ മെഡൽ പട്ടികയിൽ ഏറ്റവും ടോപ് സംസ്ഥാനം. സർവീസസിനെ സംസ്ഥാനപ്പട്ടികയുമായി താരതമ്യം ചെയ്യുന്നത് ശരിയല്ലല്ലോ. പക്ഷേ, നമുക്കൊരു സ്പോർട്സ് സിംബലില്ല. കേരളസംസ്ഥാനത്തിന് സ്വന്തമായ പല സിംബലുകളുമുണ്ട്.

മൃഗം - ആന.

പക്ഷി - വേഴാമ്പൽ.

മത്സ്യം - കരിമീൻ.

പുഷ്പം - കണിക്കൊന്ന.

വൃക്ഷം - തെങ്ങ്.

പഴം - ചക്ക.

തമിഴ്നാട് സ്റ്റേറ്റ് സ്പോർട്സായി കബഡിയെയും ഉത്തർപ്രദേശ് ഹോക്കിയെയും എടുത്തിട്ടുണ്ട്. മറ്റൊരു സംസ്ഥാനത്തിനും സ്റ്റേറ്റ് സ്പോർട്സില്ല. നമുക്കെന്തുകൊണ്ട് ഒരു സ്റ്റേറ്റ് സ്പോർട്സ് എടുത്തുകൂടാ?

പെട്ടെന്ന് എന്റെ സ്പോർട്സ് ശത്രുസുഹൃത്തുക്കളിലെ പ്രമുഖൻ പറഞ്ഞു.

ശരിയാ. നമുക്കും ഒരു സ്പോർട്സ് സിംബൽ വേണം. പക്ഷേ, നമുക്കു പറ്റിയത് വടംവലിയാ.

അദ്ദേഹം നെഗറ്റീവായിട്ടാണ് പറഞ്ഞതെങ്കിലും ഞാൻ സാവധാനം ആലോചിച്ചപ്പോൾ അതിൽ അദ്ദേഹം നിനച്ചിരിക്കാനിടയില്ലാത്ത ഒരു സത്യമുണ്ടെന്ന് തോന്നി.

നമ്മുടെ ആനയും മഹാബലിയും കേരവൃക്ഷവും, ചരിത്രവും, പുരാണവും, ഭൂമിശാസ്ത്രവും എല്ലാം ഒരുമിക്കുന്ന ഒരു സ്പോർട്സ് ഐറ്റം ഏതാണ്?

അത് വടംവലിയല്ലേ?

വാസ്തവത്തിൽ വടംവലിയുടെ ഉത്ഭവം എന്നായിരുന്നുവെന്ന് ആധികാരികമായ ചരിത്രരേഖകളൊന്നുമില്ല. ഇന്ത്യ, ചൈന, ഗ്രീസ്, ഈജിപ്റ്റ് തുടങ്ങിയ എല്ലാ പൗരാണിക സംസ്കാരങ്ങളിലെ കഥകളിലും വടംവലിയെക്കുറിച്ച് പരാമർശങ്ങളുണ്ട്.

ഭാരതീയപുരാണത്തിൽ ഇരുട്ടുള്ള രാത്രിയുടെ ആധിപത്യത്തിനു വേണ്ടി സൂര്യനും ചന്ദ്രനും തമ്മിൽ നടത്തുന്ന വടംവലിയാണ് ആദ്യ സ്പോർട്സ് ഐറ്റം.

പിന്നീട് മനുഷ്യൻ രംഗത്തു വന്നപ്പോൾ ആദ്യത്തെ വടംവലി അരങ്ങേറി. അത് കടയലിന്റെ വാശിയിലായിരുന്നു. അതിൽ നമ്മുടെ മഹാബലിയാണ് പ്രധാന കഥാപാത്രം.

ഐരാവതം എന്ന ബുദ്ധിമാനായ ആനയായിരുന്നു സ്വർഗ്ഗലോകത്തിന്റെ അധിപനായ ദേവേന്ദ്രന്റെ വാഹനം. ഒരിക്കൽ യാത്രയ്ക്കിടയിൽ ദുർവാസാവ് മഹർഷിയെ ദേവേന്ദ്രൻ കാണാനിടയായി. മഹർഷി തനിക്ക് ശ്രീ പരമശിവൻ അനുഗ്രഹിച്ചു നൽകിയ പൂമാല ഇന്ദ്രന് സമ്മാനിച്ചു. ഇന്ദ്രന് പൊതുവെ എല്ലാ ഭരണാധികാരികൾക്കുമുള്ള സ്വഭാവമുണ്ട്. താൻ അഹങ്കാരിയല്ലെന്നു കാണിക്കണം. അതിനായി ഇന്ദ്രൻ ഈ മാല ഐരാവതത്തിന്റെ കഴുത്തിലിട്ടു. ആന ബുദ്ധിമാനാണ്. ഐരാവതത്തിന് മനസ്സിലായി ഇത് ഏറ്റവും അഹങ്കാരിയായ ഇന്ദ്രന്റെ ഒരു സൂത്രമാണെന്ന്. ഐരാവതം പൂമാലയെടുത്ത് നിലത്തേക്കെറിഞ്ഞു. ആ പൂമാല ഐശ്വര്യത്തിന്റെ ചിഹ്നമാണ്. അത് ദൈവപ്രസാദമാണ്. അതിനെ പുച്ഛിക്കുക സഹിക്കാനൊക്കില്ല. ദുർവാസാവ് ഇന്ദ്രനെ ശപിച്ചു. നിനക്കും നിന്റെ പ്രജകൾക്കും ശക്തിയും ഊർജ്ജവും സമ്പത്തും നഷ്ടപ്പെടട്ടെ. പിന്നീടുനടന്ന ദേവാസുരയുദ്ധത്തിൽ ദേവന്മാർ തോറ്റു. നമ്മുടെ മഹാബലിയുടെ നേതൃത്വത്തിൽ മൂന്നുലോകവും അസുരർ കീഴടക്കി. ദേവന്മാർ മഹാവിഷ്ണുവിന്റെ സഹായം തേടി. നിങ്ങൾ ബുദ്ധിയും തന്ത്രവും ഉപയോഗിച്ച് അസുരന്മാരെ കീഴ്പ്പെടുത്തണം എന്ന് മഹാവിഷ്ണു ദേവന്മാരെ ഉപദേശിച്ചു.

മരണം ഇല്ലാതാക്കാനുള്ള മരുന്ന്, അമൃത്, പാലാഴി കടഞ്ഞാൽ കിട്ടും. ദേവേന്ദ്രൻ മഹാബലിയുമായി ഒരു തീർപ്പിലെത്തി. നമ്മൾ ഒരുമിച്ച് പാലാഴികടയാം. കിട്ടുന്ന അമൃത് പപ്പാതിയായി വീതിക്കാം. മഹാവിഷ്ണു ദേവന്മാരോട് പറഞ്ഞു. നിങ്ങൾ പേടിക്കേണ്ട. കിട്ടുന്ന അമൃത് അസുരർക്കു നൽകാതിരിക്കാൻ ഞാൻ നോക്കിക്കൊള്ളാം.

പാലാഴിമഥനം ഒരുവലിയ സംഭവമായിരുന്നു. മന്ദരപർവ്വതം കടകോലായി. പരമശിവന്റെ കഴുത്തിൽ ആഭരണമായികിടന്നിരുന്ന സർപ്പരാജാവ് കയറായി. അസുരർ വാസുകിയുടെ തലഭാഗത്തുപിടിച്ചു. മഹാവിഷ്ണുവിന്റെ ഉപദേശപ്രകാരം ദേവഗണം ഇത് സമ്മതിച്ചു. അവർ വാലിൽപിടിച്ചു. ആദ്യത്തെ വടംവലി മത്സരമായിരുന്നു അത്. വാസുകിയുടെ വായിൽനിന്ന് ഒരോ വലിയിലും ബഹിർഗമിച്ച വിഷപ്പുക അസുരരെ അലട്ടി. അവരത് സഹിച്ചുകൊണ്ട് കടയൽ തുടർന്നു. പക്ഷേ, കടയലിന്റെ വേഗതയ്ക്ക് പർവ്വതത്തിനെ സമുദ്രത്തിന്റെ അടിത്തട്ടിലേ

ക്കു താഴുന്നത് നിർത്താൻ കഴിഞ്ഞില്ല. മഹാവിഷ്ണു തന്റെ രണ്ടാമത്തെ അവതാരം കൂർമ്മമായി (ആമയായി) വന്ന് മന്ദരപർവ്വതത്തെ ചുമലിൽവച്ച് പൊക്കിനിർത്തി.

ഈ കടയലായിരുന്നു ഭാരതീയപുരാണമനുസരിച്ച് പ്രപഞ്ചത്തിന്റെ നിലനിൽപ്പിനെ നിയന്ത്രിച്ച ആദ്യത്തെ വടംവലി.

ഇത് പുരാണം.

ചരിത്രമനുസരിച്ച് ഗ്രീസിൽ ഏതൻസ്നഗരത്തിലെ പുരാതന ഒളിമ്പിക്സ് ഫ്രഞ്ചുകാരനായ പ്രസിപീർ എ ദി കൊബർടിൻ 1896 ൽ പുനരുജ്ജീവിപ്പിച്ചപ്പോൾ പാരീസിൽവച്ചു നടന്ന രണ്ടാം ഒളിമ്പിക്സിൽത്തന്നെ വടംവലി ഒരു ഐറ്റമായി ഉൾപ്പെടുത്തിയിരുന്നു. 1920 വരെ നടന്ന അടുത്ത അഞ്ച് ഒളിമ്പിക്സിലും വടംവലിമത്സരം ഉണ്ടായിരുന്നു. ആദ്യം ആറുവീതവും പിന്നീട് അഞ്ചുവീതവും അവസാനം എട്ടുവീതവും വലിക്കാരായിരുന്നു ഓരോ ടീമിലും. വടംവലിക്ക് ഒളിമ്പിക്സ് ചരിത്രത്തിൽ ഒരു സ്ഥാനമുണ്ട്. ആദ്യമായി ഒരു നീഗ്രോ വംശജന് മെഡൽ കിട്ടിയത് ഈ ഇനത്തിലാണ്. 1900 ൽ വെള്ളിമെഡൽ ലഭിച്ച ഫ്രഞ്ച് ടീമിലെ കോൺസ്റ്റന്റിൻ സുബേര. കഴിഞ്ഞ ലണ്ടൻ ഒളിമ്പിക്സിന്റെ ചർച്ചകളിൽ ബ്രിട്ടന്റെ ഒരു ലോക്കൽ ഗെയിമെന്ന രീതിയിൽ വടംവലി ഉൾപ്പെടുത്താൻ ശ്രമം നടന്നിരുന്നു. പക്ഷേ, ഫലിച്ചില്ല.

ഐരാവതവും മഹാബലിയും കയറിന് ചകിരി നൽകുന്ന കേരവൃക്ഷവും കേരളത്തിന്റെ സിംബലുകളാണ്. ഏറെ താമസിയാതെ, രണ്ടു മൂന്ന ഒളിമ്പിക്സിനകം തീർച്ചയായും വടംവലി ഒരു ഒളിമ്പിക് ഐറ്റമാകും.

നമുക്ക് വടംവലി കേരളത്തിന്റെ സ്പോർട്സ് സിംബലായി മാറ്റാം.

ക്രിക്കറ്റിലെ ഭസ്മാസുരൻ?

1953–55 കാലത്ത് ഞാൻ ആലപ്പുഴ എസ് ഡി കോളേജിൽ ബി.കോം വിദ്യാർത്ഥിയായിരുന്നു. പഠനത്തെക്കാൾ എനിക്കു പ്രധാനം ക്രിക്കറ്റും ടെന്നീസും ടേബിൾ ടെന്നീസും ആയിരുന്നു. കോളേജിൽ ആലപ്പുഴയിലെ ഒരു കയർ മുതലാളി സൗജന്യമായി നൽകിയ കയറ്റു പായ പിച്ചും, ഒരു മാതിരി ഉറപ്പുള്ള വെട്ടുകല്ലുപൊടി നിരത്തി ഉറപ്പിച്ച ടെന്നീസ് കോർട്ടും, ഒരു പിങ് പോങ് ടേബിളുമുണ്ടായിരുന്നു. പോരാത്തതിന് എനിക്ക് മുല്ലയ്ക്കലെ അംബാൾ കഫേയിൽ താമസിച്ച് എന്നും വൈ എം സി എയിൽ പോയി ടേബിൾ ടെന്നീസ് കളിക്കാം. അവിടെ കോച്ച് സഹദേവൻസാറും ഉണ്ടായിരുന്നു. ഞാൻ ആദ്യമായി കൊച്ചി നഗരം കണ്ടത് എറണാകുളം മഹാരാജാസ് കോളേജുമായി തിരുവിതാംകൂർ യൂണിവേഴ്സിറ്റിയുടെ നോർത്ത് സോൺ ഫൈനൽസ് കളിക്കാൻ എസ് ഡി കോളേജ് ക്രിക്കറ്റ് ടീമിലെ കളിക്കാരനായി വന്നപ്പോഴാണ്. *1983* എന്ന മനോഹരമായ സിനിമയിലെ നിവിൻ പോളിയുടെ മുണ്ടു മടക്കിക്കുത്തി ക്രിക്കറ്റു പന്തടിക്കുന്നതിനെക്കാളും പ്രാകൃതശൈലി ആയിരുന്നു ഞങ്ങളുടേത്. കുറച്ചുകൊല്ലംമുമ്പ് ഞാൻ ഒരു പരിപാടിക്ക് ഈ കോളേജിൽ ചെന്നപ്പോൾ ടെന്നീസ് കോർട്ട് തേടി. ഞാൻ അച്ഛനെ വെട്ടിച്ച് പത്തുരൂപാ ഒപ്പിച്ചെടുത്ത് മാസവരി നൽകി കളിച്ചിരുന്ന പഴയ ടെന്നീസ് കോർട്ടെവിടെ? *ദൃശ്യം* സിനിമയിലെ കൊല്ലപ്പെട്ട പയ്യന്റെ ബോഡി ഇനിയൊരിക്കലും കിട്ടാത്തവിധം അപ്രത്യക്ഷമായ മട്ടിൽ കോർട്ട് കാണാതായിരിക്കുന്നു. എന്നാണ് കാണാതായതെന്ന് ആർക്കും ഓർമ്മയില്ല. ഇവിടെ ടെന്നീസുകളി ഉണ്ടായിരുന്നുവെന്ന് പഴമക്കാർ പറ

ഞ്ഞുകേട്ടിട്ടുണ്ട് എന്ന് ഞാൻ വിവരം അന്വേഷിച്ച സുഹൃത്തുക്കളിൽനിന്നും എനിക്കു മറുപടികിട്ടി.

ക്രിക്കറ്റിന് ഒരു പുതിയ കയറ്റുപായ പിച്ചിന്റെ ശേഷിപ്പുമായി ഒരു കളിമൂല ഉണ്ട്. പ്രിൻസിപ്പാൾ എന്നെ സമാധാനിപ്പിച്ചു. ഒരു സ്ക്കീം വരുന്നുണ്ട്, ശരിയാകും. ആലപ്പുഴയെ സ്നേഹിക്കുന്ന ആരും ഇത്തരം പ്രതീക്ഷ വിശ്വസിക്കില്ല. നാല്പതുകൊല്ലമായി എല്ലാവർക്കും വേണ്ട ബൈപാസ് റോഡ് ശരിയായിട്ടില്ല. പിന്നെയാ കുറച്ചു കുട്ടികൾക്കായി ക്രിക്കറ്റ് പിച്ച്.

പക്ഷേ, ഈയിടെ ഞാൻ ക്ലീൻ ബൗൾഡ് ആയി. ഏറെ സന്തോഷത്തോടെ. എസ് ഡി കോളേജിന്റെ പുതിയ ക്രിക്കറ്റ് സ്റ്റേഡിയം കണ്ടു. കണ്ണു മഞ്ഞളിച്ചു. പച്ചസത്യമാണ്. അഞ്ചു ടർഫ് പിച്ചുകൾ. നൂറ്റമ്പതു മീറ്റർ പച്ചപ്പുല്ലു ഉറച്ച ഫീൽഡ്. പ്രാക്ടീസിന് മൂന്നു ടർഫ്, ഒരു ആസ്ട്രോ, അഞ്ചു കോൺക്രീറ്റ് പിച്ചുകൾ. രണ്ടു ബൗളിംഗ് മെഷിനുകൾ. കളിക്കാർക്ക് പവിലിയൻ. വനിതാകളിക്കാർക്ക് ഇൻഡോർ സ്റ്റേഡിയം. മൂന്നര കോടി രൂപാ ചെലവ്. ഇതെല്ലാംകണ്ട് ദ്വാരകയിൽനിന്ന് തിരിച്ചെത്തിയ കുചേലനെപ്പോലെ ഞാൻ അദ്ഭുതപ്പെട്ടു നിൽക്കുമ്പോൾ എന്നെ ഓരോന്നും കാട്ടിത്തന്നുകൊണ്ടിരുന്ന സുഹൃത്ത് എന്നോട് ചോദിച്ചു.

"സാറിനറിയാമോ ഇതാരു തന്നു എന്ന്?"

"അറിയാം."

ഇതൊന്നും കോളേജിന്റെ ചെലവിലല്ല ഉണ്ടായത്. ചെലവാക്കിയതും രൂപപ്പെടുത്തിയതും സർക്കാരോ ആലപ്പുഴയിലെ ധനികരോ അല്ല എന്നതാണ്. ക്രിക്കറ്റ് എന്ന ഇരുപത്തൊന്നാംനൂറ്റാണ്ടിലെ സഹസ്രകോടീശ്വര വൈശ്രവണന്റെ അനുഗ്രഹമാണ്. അവന്റെ കേരളത്തിലെ പ്രതിനിധികൾ നൽകിയതാണ്. കേരള ക്രിക്കറ്റ് അസോസിയേഷന് ചെലവാക്കാൻ പണവും അത് വേണ്ടവിധം ഉപയോഗിക്കാനുള്ള തിരിച്ചറിവും ഉണ്ടായിരുന്നു. ഒരു സംശയവും വേണ്ട. കളിക്കാനിടം കിട്ടിയാൽ കുട്ടികൾ കളിക്കും. അവർ കളിയിൽ മിടുക്കരാകും. ആലപ്പുഴയിൽനിന്നും അനവധി ക്രിക്കറ്റ് പ്രതിഭകൾ പുറത്തുവരും. തീർച്ച.

ഇരുപതുകൊല്ലംമുമ്പ് കേരളടീമിനെ രഞ്ജിട്രോഫി കളിക്കാൻ വിടാനായി അവർക്ക് സ്ലീപ്പർ ടിക്കറ്റും ബാറ്റയും കൊടുക്കാൻ നാടുനീളെ ഓടിനടന്ന കേരള ക്രിക്കറ്റ് അസോസിയേഷനാണ് ഇത് ചെയ്തതെന്ന് ഞാൻ സമ്മതിക്കില്ല. അതിനു കാരണക്കാരൻ ഒരാളേ ഉള്ളൂ. അത് ഒരു വ്യക്തിയല്ല. ഒരു ആശയം.

ഐ പി എൽ. ഇന്ത്യൻ പ്രീമിയർ ലീഗ്.

ഈ സംഭവംനടന്ന് രണ്ടുദിവസമേ ആയുള്ളൂ. സുപ്രീം കോടതി നിയമിച്ച ലോധാ പാനലിന്റെ ഉത്തരവ്. ഒരു സൂയിറ്റ് ഡെലിവറി. ഐ

പി എല്ലിന്റെ പാഡിൽ തട്ടി തെറിച്ചു. ഐ പി എല്ലിന്റെ ഇമേജുകളായി നാം കരുതിയിരുന്ന ചെന്നൈയും രാജസ്ഥാനും സൂപ്പർ താരടീമുകൾക്ക് രണ്ടുവർഷം വിലക്ക്. വാസ്തവത്തിൽ അവരെ കൺട്രോൾ ചെയ്തിരുന്ന ഗുരുനാഥ് മെയ്യപ്പനും രാജ് കുന്ദ്രേയ്ക്കും ആജീവനാന്ത ക്രിക്കറ്റ് മൈതാന വിലക്ക്.

ജനം ഉറ്റുനോക്കി. ഔട്ടോ നോട്ടൗട്ടോ എന്ന്. തർഡ് അമ്പയറായ സുപ്രീം കോടതിയുടെ അടുത്തുപോകാം. പക്ഷേ, തർഡ് അമ്പയർ പറഞ്ഞിട്ടുണ്ട്. ആദ്യം അനുസരിക്കണം. പിന്നെ നോക്കാം. പക്ഷേ, ഇതിനും മുകളിൽ അതിലും ശക്തനായ ഒരു റിയൽ അമ്പയറുണ്ട്. അപ്പീൽ വരാതെ തന്നെ സുവോ മോട്ടാ തീരുമാനമെടുക്കുന്ന കാണികൾ. ക്രിക്കറ്റ് ആരാധകർ.

ഐ പി എൽ, ക്രിക്കറ്റിന്റെ ഭസ്മാസുരനാകുമോ? അറിഞ്ഞുകൂടാ. പക്ഷേ, തുറന്നു വിട്ടപ്പോൾ കൈവിട്ടുപോയ മുക്കുവന്റെ കുടത്തിലെ ഭ്രതമാണിവൻ. തീർച്ച.

എന്റെ വിജ്ഞരായ പല സുഹൃത്തുക്കളും ആത്മാർത്ഥമായി വിശ്വസിക്കുന്ന കാര്യമാണ്, ഐ പി എൽ ക്രിക്കറ്റല്ല, ബിസിനസ്സാണ്. ഇത് ചെറുപ്പക്കാരെ നശിപ്പിക്കുന്നു. ഏകദിനവും ട്വന്റി20 യും വന്ന് ക്രിക്കറ്റ് കളിയുടെ പാരമ്പര്യവും മാന്യതയും ഇല്ലാതാക്കി അതിന്റെ അധഃപതനത്തിലും വെള്ളം ചേർക്കലിലും ചെന്നെത്തിയെന്ന് സങ്കടപ്പെടുന്ന എന്റെ മുൻകാല ക്രിക്കറ്റ് ആരാധക സ്നേഹിതരും ഒട്ടുംകുറവല്ല. എല്ലാവരും ശരിയാണ്, അവരവരുടെ രീതിയിൽ.

നമുക്ക് ചില വസ്തുതകൾ പരിശോധിക്കാം. ക്രിക്കറ്റ് ഇന്ന് ഇന്ത്യയിൽ ഏറ്റവുമധികം പെട്ടെന്ന് വളരുന്ന എന്റർടെയിൻമെന്റ് വ്യവസായമാണ്. കണക്കു നോക്കേണ്ട. ദുബായിയെയും ദാവൂദ് ഇബ്രാഹിം അധോലോകത്തെയും തൽക്കാലം വിടുക. ഇപ്പോൾ ക്രിക്കറ്റിനെ നയിക്കുന്ന, ഇനി നയിക്കാൻ കുതിക്കുന്ന മഹാരഥന്മാരുടെ പേരുകൾ നോക്കിയാൽ മതി. ശരദ് പവാർ, അരുൺ ജെയ്റ്റ്ലി, രാജീവ് ശുക്ല, അനുരാഗ് താക്കർ, ജ്യോതിരാദിത്യ സിന്ധ്യ, ഫറൂഖ് അബ്ദുള്ള, സി പി ജോഷി, മുകേഷ് അംബാനി, വിജയ് മല്യ, ശ്രീനിവാസൻ, ഷാറുഖ് ഖാൻ. ഈ പേരുകൾ കണ്ടാൽ പിന്നെ പ്രത്യേകിച്ച് ഇനി ഒരു ബിസിനസ് ഫീസിബിലിറ്റി സ്റ്റഡിയുടെ ആവശ്യമില്ലല്ലോ. ചൈനയും ക്രിക്കറ്റിലേക്കു നോട്ടമിട്ടുകഴിഞ്ഞു എന്നതും ശ്രദ്ധേയമാണ്.

ലോധാ സമിതി ശിക്ഷ വിധിച്ചത് ഉടമസ്ഥനും ടീമും ചേർന്ന് നടത്തിയ ഒത്തുകളി വാതുവെയ്പിനാണ്. ചൂതുകളിയും ബെറ്റിങ്ങും മനുഷ്യന്റെ അടിസ്ഥാന മാനസികഭാവമാണ്. ഏറ്റവും ധർമ്മിഷ്ഠനായ ധർമ്മപുത്രർ പോലും അതിന് അതീതനല്ലായിരുന്നു എന്നാണല്ലോ പുരാണം

പറയുന്നത്. അപ്പോൾ ഈ സാധാരണ സ്വഭാവമുള്ള ആരോടും ബെറ്റിങ് പാടില്ല എന്നുപറഞ്ഞാൽ അത് ശരിയാകില്ല. നടപ്പിലാക്കാൻ വിഷമവുമായിരിക്കും. കാസിനോകളും കുതിരപ്പന്തയവും ലോട്ടറികളും കർശനനിയമത്തിന്റെ പരിധിക്കുള്ളിൽ നിന്നിട്ടും പൂർണ്ണമായും അഴിമതിവിമുക്തമല്ല എന്ന് നമുക്കറിയാം.

ഇവിടെ പ്രസക്തമായ ചോദ്യം വെറും ഭാഗ്യപരീക്ഷണമായോ, ബൗദ്ധികമായ തീരുമാനത്തിന്റെ ഫലമായോ നടത്തുന്ന ബെറ്റിങ്ങും കളിയുടെ അന്തിമഫലം മാനേജ്ചെയ്ത് പണംമുടക്കുന്നവരെ കബളിപ്പിക്കുന്ന സിസ്റ്റം കൺട്രോൾ ചെയ്യുന്ന ബെറ്റിങ്ങും തമ്മിലുള്ള അന്തരമാണ്. ആദ്യത്തേതിന്റെ ധാർമ്മികതയെ ചോദ്യം ചെയ്യാമെങ്കിലും രണ്ടാമത്തേത് ഒരു പരിഷ്കൃതസമൂഹത്തിൽ തീർത്തും ക്രിമിനൽ കുറ്റമായി ഗണിക്കേണ്ടതാണ്. മാച്ച് ഫിക്സിങ്ങും അതിനെ ചെറുക്കാൻ സംവിധാനം വന്നപ്പോൾ കണ്ടുപിടിക്കാൻ വിഷമവുമുള്ള സ്പോട്ട് ഫിക്സിങ്ങും രംഗത്തുവന്നു.

2007 ൽ പോപ്പുലർ ടെലിവിഷൻ കമ്പനിയായ 'സീ'യുടെ തലവൻ സുഭാഷ്ചന്ദ്രയാണ് എട്ടു ടീമുകളെവെച്ച് പത്തുനാൽപ്പതു ദിവസം നീണ്ടുനിൽക്കുന്ന ഒരു ട്വന്റി 20 കളിപരമ്പര ശരിക്കും മൂന്നുമണിക്കൂർ സീരിയൽ ശൈലിയിൽ ടി വിയിൽ കൂടുതൽ പ്രേക്ഷകരുള്ള ഏഴുമണി പത്തുമണി പ്രൈം ടൈമിൽ കാട്ടത്തക്കവിധം സംഘടിപ്പിക്കാൻ പ്ലാനിട്ടത്. പേര് ഇന്ത്യൻ ക്രിക്കറ്റ് ലീഗ്. കപിൽദേവ് ലീഡർ. കളിക്കാർക്ക് ഉഗ്രൻ പ്രതിഫലം ഓഫർ. തങ്ങളുടെ അധീനതയിലുള്ള താരമൂല്യമുള്ള കളിക്കാർ തങ്ങൾ നൽകുന്നതിന്റെ അനവധി ഇരട്ടി പണവുമായി കാത്തുനിൽക്കുന്ന പുതിയ ശക്തികേന്ദ്രത്തിലേക്കു പോയേക്കും എന്ന അപകടം മണത്ത ഇന്ത്യൻ ക്രിക്കറ്റ് കൺട്രോൾ ബോർഡ് ഉടൻ രംഗത്തെത്തി. ഇന്ന് എല്ലാവരും പഴിക്കുന്ന ഇന്ത്യയിൽ കയറാൻ നിവൃത്തിയില്ലാതെ ഇംഗ്ലണ്ടിൽ കഴിയുന്ന ക്രിക്കറ്റ് പ്രേമിയായ ലളിത് മോദി എന്ന ഹൈപ്രൊഫൈൽ ബിസിനസ്സുകാരനെയാണ് സീ ടി വിയെ ഒതുക്കാൻ ക്രിക്കറ്റ് കൺട്രോൾ ബോർഡ് നിയോഗിച്ചത്. ലളിത് മോദിയുടെ തന്ത്രങ്ങൾ വിജയിച്ചു. ഇന്ത്യൻ പ്ലേയേഴ്സ് ലീഗ് നിലവിൽ വന്നു. കാര്യമായ പരുക്ക് ഇന്ത്യൻ ക്രിക്കറ്റിന്റെ മകുടമായിരുന്ന ഇന്ത്യയ്ക്ക് ലോകകപ്പു നേടിത്തന്ന കപിൽദേവിനു മാത്രമായിരുന്നു. ഇന്ന് ലളിത് മോദി പോയെങ്കിലും കപിൽദേവിനെ ഐ പി എല്ലിൽ തൊടാൻ ആരും സമ്മതിച്ചിട്ടില്ല. അത് വേറെ കാര്യം.

ഐ പി എല്ലിന് തുടക്കത്തിൽത്തന്നെ തങ്ങൾ രൂപപ്പെടുത്തിയ നിയമങ്ങൾ കൃത്യവും കർശനവുമായ രീതിയിൽ നടപ്പാക്കാനുള്ള സാഹ

ചര്യവും സാവകാശവും ഉണ്ടായില്ല. സ്വപ്നാതീതമായ വളർച്ചയായിരുന്നു അതിനു കാരണം.

തുടക്കം മുതൽതന്നെ ഇന്റർനാഷണൽ ക്രിക്കറ്റ് കൗൺസിലിന്റെ അനുമതിക്കപ്പുറം ഒരു നിയമപരമായ സുദൃഢ അടിത്തറ ഉണ്ടാക്കാൻ പെട്ടെന്നുള്ള വളർച്ച കാരണം വേണമെന്നുവച്ചാലും ഐ പി എല്ലിൽ പ്രായോഗികമായിരുന്നില്ല. ഉണ്ടാക്കിയ താൽക്കാലികനിയമങ്ങളെ വളച്ചൊടിക്കുകയും മാറ്റിമറിക്കുകയും എളുപ്പമായിരുന്നു. ഫ്രാഞ്ചൈസികളുടെ എണ്ണം, അവയുടെ യഥാർത്ഥ ഉടമകൾ, കളിക്കാരുടെ ലേലത്തിലെ ഒത്തുകളി, എന്തിന് കളിയുടെ റിസൽട്ടുപോലും കളിക്കളത്തിനു പുറത്തു തീർച്ചപ്പെടുത്താവുന്ന നിലവന്നു. സ്വാഭാവികമായും തർക്കങ്ങളും ആരോപണങ്ങളും പാരവയ്പും അനിയന്ത്രിതമായി. നമുക്കു നേരിട്ടറിയാവുന്ന ശശി തരൂരിന്റെ കൊച്ചി ടസ്ക്കർ എപ്പിസോഡും അവസാനം അദ്ദേഹത്തിന്റെ മന്ത്രിസ്ഥാനം തെറിക്കലും ഇത്തരം കേസുകളിൽ ഒന്നായിരുന്നു. ഐ പി എൽ രണ്ടാംകൊല്ലത്തെ വിജയികൾ ഡക്കാൻ ചാർജേഴ്സ് ടീം തന്നെ പിരിച്ചുവിടേണ്ടി വന്നതായിരുന്നു വേറൊരു കേസ്. ഐ പി എല്ലിന്റെ ശക്തി വലുതായി. ഐ സി സിക്ക് കേന്ദ്ര സർക്കാരിൽനിന്നും അനായാസമായി വിനോദനികുതി ഒഴിവാക്കി കിട്ടി. ലളിത് മോദി ഏകാധിപതിയായി. എല്ലാവരും അദ്ദേഹത്തിന്റെ സൗഹൃദം തേടി. കളിയെക്കാൾ കളി കഴിഞ്ഞുള്ള വി ഐ പി താരപ്പാർട്ടികൾക്ക് പ്രാധാന്യം കിട്ടി. എല്ലാ ഏകാധിപതികളെയുംപോലെ ഒരു ദിവസം ലളിത് മോദിയും വീണു. അദ്ദേഹം ബ്രിട്ടനിലേക്ക് ഒട്ടനവധി രാഷ്ട്രീയ-വ്യവസായ-വാണിജ്യ-സിനിമാ മേഖലകളിലെ സാമ്പത്തികവും വ്യക്തിപരവുമായ ഇടപാടുകളുടെ രഹസ്യങ്ങളുമായി പോയി. അനവധി വർഷം കഴിഞ്ഞിട്ടും ഇന്ത്യൻ വി ഐ പികളിലുള്ള അദ്ദേഹത്തിന്റെ പിടിയുടെ കനം കുറഞ്ഞിട്ടില്ല.

അവസാനം കോടതിവിധിക്കു കാരണമായ 2013 ലെ കളിയിലെ സ്പോട്ട് ഫിക്സിങ് അന്വേഷണം.

ലോധാ കമ്മിറ്റിയുടെ റിപ്പോർട്ടിന് അതിന്റെ പരിണതഫലമായ വിലക്കുകൾക്ക് അതീതമായി ഞാൻ കാണുന്നത് സാമ്പത്തിക-സാമൂഹ്യ മേഖലകളിൽ സാധാരണക്കാരനെ സ്വാധീനിക്കാൻ ഒരു ഏകാധിപത്യസ്വഭാവമുള്ള സ്ഥാപനത്തിന് ഇന്നുവരെ ഇല്ലാതിരുന്ന ബാദ്ധ്യത ഉണ്ടെന്നും അത് കർശനമായി പാലിക്കാതിരുന്നാൽ അത് ശിക്ഷാർഹമാണെന്നും കാട്ടിത്തന്നു എന്നതാണ്.

കോടതിയുടെ വിധിന്യായത്തിൽ പറഞ്ഞ ഒരുവാചകം വളരെ അർത്ഥവത്താണ്. ശരിക്കും അത് ഇന്ന് ക്രിക്കറ്റിനെ നശിപ്പിക്കുന്ന നിലയിലേക്ക് എത്തിയിരിക്കുകയാണ്.

കോടതി പറഞ്ഞു:

"ഐ പി എൽ ഒരു കളി എന്നതിൽനിന്ന് ആർത്തിയിലേക്ക് മാറിയിരിക്കുന്നു."

ആർത്തി എല്ലാവരുടെയുമുണ്ട്.

ആർത്തി മനുഷ്യസഹജമാണ്. അത് പൂർണ്ണമായി ഇല്ലാതാക്കാൻ പറ്റില്ല. പക്ഷേ, അത് ഒരു ഭസ്മാസുര സിൻഡ്രോമിലേക്ക് ക്രിക്കറ്റിനെ എത്തിച്ചേക്കുമെന്ന എല്ലാ ക്രിക്കറ്റ് പ്രേമികളുടെയും ഭയം കോടതി നമ്മെ ഓർമ്മപ്പെടുത്തി.

ഈ ഭയമായിരിക്കും ഇന്ത്യൻ ക്രിക്കറ്റിന്റെ ഭാവി നിർണ്ണയിക്കുന്നത്.

ഡാനി ബോയ്‌ലും ഒളിമ്പിയൻ മാധുരായും

ഇന്ത്യ ഇന്നും ഇ എം ഫോസ്റ്ററുടെ പാസേജ് ടു ഇന്ത്യാ പ്രീബ്രിട്ടീഷ് കാലത്തെപ്പോലെതന്നെ ആകർഷണീയമായ ദാരിദ്ര്യത്തിന്റെ നാടാണെന്ന് ലോകത്തിന് കാട്ടിക്കൊടുത്ത ബ്രിട്ടീഷ് കലാകാരനാണ് ഡാനി ബോയ്ൽ.

ഇംഗ്ലീഷ് ഭാഷയ്ക്ക് സ്പെല്ലിംഗ് ഉണ്ട്. എഴുതുന്നതല്ല വായിക്കുന്നത്. ഇന്ത്യൻ ഭാഷകൾ നേരെ വാ നേരെ പോ രീതിയിലാണ്. എഴുതുന്നത് വായിക്കും. സ്വാഭാവികമായും നമ്മുടെ ഇന്ത്യൻ ഇംഗ്ലീഷിൽ അല്പസ്വല്പം സ്പെല്ലിങ് മിസ്റ്റേക്ക് വരും. സാരമില്ല. അതുകാരണം സ്പെല്ലിങ് മിസ്റ്റേക്കോടെയാണെങ്കിലും നാം ഡാനി ബോയ്‌ലിന്റെ *സ്ലംഡോഗ് മില്ല്യണയറെ*ന്ന സിനിമയെ സ്വന്തമാക്കി. ഓസ്ക്കാറുകളിൽ നമ്മുടെ ഹാഫ് മലയാളി എ ആർ റഹ്മാനും ഫുൾമലയാളി റസൂൽ പൂക്കുട്ടിയുംപോലെ നാമും അഭിമാനംകൊണ്ടു.

പക്ഷേ, ഡാനി ബോയ്ൽ ഇത്രുമുമ്പോട്ടു നമ്മെ കൊണ്ടുപോകുമെന്ന് ആരും പ്രതീക്ഷിച്ചില്ല. ലണ്ടൻ ഒളിമ്പിക്സിന്റെ ഉദ്ഘാടനച്ചടങ്ങിലെ കലാപരിപാടികൾ സംവിധാനം ചെയ്തത് ഡാനി ബോയ്ൽ ആയിരുന്നു. അവിടെ നടത്തേണ്ട അനവധി സംഘനൃത്തങ്ങളിലൊന്നിൽ ജൂനിയർ ആർട്ടിസ്റ്റുകളായി തെരഞ്ഞെടുത്ത നൂറുകണക്കിന് നർത്തകികളിൽ ഒരാളായിരുന്നു ലണ്ടനിൽ പഠിക്കുന്ന ബംഗളൂരുകാരി മാധുരാ നാഗേന്ദ്ര. സ്റ്റേഡിയത്തിലെ കർശനമായ സെക്യൂരിറ്റി ചെക്കിങ്ങിനെ ഈ ഡാൻസ് കെയറോഫിൽ കടന്ന് ആയമ്മ സ്റ്റേഡിയത്തിനുള്ളിലെ

ത്തിയപ്പോൾ ഒരാശ. എന്തുകൊണ്ട് ഇന്ത്യൻ ഒളിമ്പിക് ടീമിൽ അംഗമായിക്കൂടാ?

കായികതാരത്തിന്റെ സിദ്ധിയും വേണ്ട, സാധനയും വേണ്ട, വക്രബുദ്ധിമതി. ഒളിമ്പിക്സിൽ ഇന്ത്യയുടെ താരമാകാം.

ത്രിവർണ്ണപതാകയുമേന്തി മാർച്ച് പാസ്റ്റിൽ പങ്കെടുത്ത ഇന്ത്യൻ ടീമിനെ നയിച്ച ബീജിംഗ് മെഡൽ ജേതാവ് സുശീൽകുമാറിനൊപ്പം ലോകംകണ്ടത് ഒരു ചുമന്ന ഷർട്ടും നീല ജീൻസും ധരിച്ച് പുഞ്ചിരിച്ചു കൊണ്ട് കൈവീശി കാണികളെ അഭിവാദ്യം ചെയ്ത് മുന്നേറിയ മാധുരാ നാഗേന്ദ്ര എന്ന ഒളിമ്പിയനെയാണ്..

ഗംഗയാറൊഴുകുന്ന നാട്ടിലേ ഇത് നടക്കുകയുള്ളൂ എന്നുവിചാരിച്ച് സമാധാനിച്ചിരിക്കുകയായിരുന്നു. അപ്പോഴാണ് എന്റെ പേരക്കുട്ടികൾ ഗൗരവമായ ഒരു തീരുമാനവുമായി വന്നത്.

"ഞങ്ങളിനി ഫുട്ബോളും ഷട്ടിലും അത്‌ലറ്റിക്സും ഒക്കെ പ്രാക്ടീസ് നിർത്താൻ പോകുകാ. ക്രിക്കറ്റിൽ മാത്രം കോൺസന്റ്റേറ്റ് ചെയ്യാൻ തീർച്ചപ്പെടുത്തി."

"അതെന്താ?"

വാർത്ത വന്നിരുന്നു. ഇന്ത്യയ്ക്ക് ഇനി ഒളിമ്പിക്സിൽ പ്രവേശനമില്ല.

"നമ്മളെ ഒളിമ്പിക്സിൽനിന്ന് ഔട്ടാക്കിയില്ലേ, ഇനി നമുക്ക് ക്രിക്കറ്റിലേ രക്ഷയുള്ളൂ."

ഞാൻ സമാധാനിപ്പിച്ചു.

"ഈ ഔട്ടാക്കൽ ടെമ്പററിയാണ്."

ഞാൻ വിശദമായി സംഭവം പറഞ്ഞുകൊടുത്തു.

ഒളിമ്പിക്സ് നടത്തുന്ന ഇന്റർനാഷണൽ ഒളിമ്പിക്സ് അസോസിയേഷൻ ഇന്നുവരെ ഇരുനൂറിലേറെ രാജ്യങ്ങൾ മെമ്പറന്മാരായിട്ടുള്ളതിൽ അഞ്ചുരാജ്യങ്ങളെ മാത്രമേ കുറച്ചുകാലത്തേക്കെങ്കിലും ഇതുപോലെ ബാൻ ചെയ്തിട്ടുള്ളൂ.

ഒന്നാമത് പണ്ട് കറുത്തവംശജരെ മാറ്റിനിർത്തിയ അപ്പാർത്തീഡ് കാലത്തെ ദക്ഷിണാഫ്രിക്കയെ.

രണ്ടാമത്, ദേശീയ ഒളിമ്പിക്സ് അസോസിയേഷൻ രൂപീകരിക്കാത്തതിന് നെതർലാണ്ട്, ആന്റിലസ് ദ്വീപസമൂഹം, ദക്ഷിണസുഡാൻ ഈ മൂന്നുകൂട്ടരെ.

അവസാനം കുവൈറ്റിനെ. കുവൈറ്റിനെ സസ്പെൻഡുചെയ്തത് ഒളിമ്പിക്സ് അസോസിയേഷനിൽ സർക്കാർ കൈകടത്തിയതിനായിരുന്നു.

നമ്മുടെ കാര്യത്തിലും സർക്കാർ കൈകടത്തലാണ് കാരണം. കൈകടത്തൽ അവസാനിപ്പിച്ചാലുടൻ ബാൻ പിൻവലിക്കും.

മഴ പെയ്യാത്തതിനുപോലും കാരണം സർക്കാർ കൈകടത്തലാണെന്ന് നമുക്കറിയാം.

കുട്ടികൾക്ക് പക്ഷേ, ഇക്കാര്യത്തിൽ വലിയ വിശ്വാസമായില്ല.

ഞാൻ വിശദീകരിച്ചു,

നമ്മുടെ സർക്കാർ ഒരു സ്പോർട്സ് കോഡ് കൊണ്ടുവന്നു. അത് അംഗീകരിച്ചാലേ ഇന്ത്യൻ ഒളിമ്പിക് അസോസിയേഷന് സർക്കാർ പണംനൽകൂ. അത് ഒളിമ്പിക്സ് ചാർട്ടറിന് വിരുദ്ധമാണ്. അത് അംഗീകരിച്ചാൽ അത് സർക്കാർ കൈകടത്തലായി ഇന്റർനാഷണൽ ഒളിമ്പിക്സ് അസോസിയേഷൻ കണക്കാക്കും. ആകെ കുഴപ്പമാകും.

എന്താ ഈ സ്പോർട്സ് കോഡിൽ കുഴപ്പം?

ഭാവി ഒളിമ്പിയന്മാരായ കുട്ടികളെ ഞാൻ പറഞ്ഞുമനസ്സിലാക്കി.

ഈ കോഡ് പറയുന്നു, 70 വയസ്സായാൽ ഒളിമ്പിക് അസോസിയേഷൻ അധികാരികൾ റിട്ടയർ ചെയ്യണം.

മൂന്നു തവണയിൽ കൂടുതൽ ഒരാൾ ഒരു കളിയുടെയും ഒളിമ്പിക് അസോസിയേഷനുകളിൽ ഉന്നതസ്ഥാനം വഹിക്കാൻ പാടില്ല.

രാഷ്ട്രീയനേതാക്കന്മാർക്കില്ലാത്ത ഈ കോഡുനിയമങ്ങൾ രാഷ്ട്രീയത്തെക്കാൾ സ്വാതന്ത്ര്യംവേണ്ട കായികരംഗത്ത് എങ്ങനെ അംഗീകരിക്കും?

ഭാരതീയപുരാണത്തിലെ ഏറ്റവും പ്രകീർത്തിക്കപ്പെട്ട കായികവിദ്യയാണ് അമ്പെയ്ത്ത്. ശ്രീരാമഭഗവാനും അർജ്ജുനനും ഏകലവ്യനുമെല്ലാം പേരുകേട്ട അമ്പെയ്ത്തുകാരായിരുന്നു. നമ്മുടെ ദേശീയ കായിക അവാർഡും ദേശീയ പരിശീലക അവാർഡും അമ്പെയ്ത്തുകലയിൽ വിദഗ്ധരായിരുന്ന അർജ്ജുനന്റെയും കോച്ച് ദ്രോണാചാര്യരുടെയും പേരിലാണ്. ഈ അമ്പെയ്ത്തിനെ ഇപ്പോഴും ഭാരതത്തിൽ ചട്ടുലമാക്കിനിർത്തുന്ന എൺപതുവയസ്സുകാരൻ രാഷ്ട്രീയനേതാവ് വിജയകുമാർ മൽഹോത്ര 40 വർഷമേ ആയുള്ളൂ ഇന്ത്യൻ ആർച്ചറി അസോസിയേഷന്റെ പ്രസിഡന്റായി സേവനം തുടങ്ങിയിട്ട്. അദ്ദേഹം മാറിനിന്നാൽ ഇന്ത്യയിലെ അമ്പെയ്ത്ത് ഒളിമ്പിയന്മാരുടെ ഗതി എന്താകും? അതുപോലെ വെറും 10 മാസം മാത്രം കോമൺവെൽത്ത് അഴിമതിയുടെ പേരിൽ ജയിലിൽ കിടന്ന ലളിത് ഭാനോട്ട് എന്ന കായികനേതാവ് പുറത്തുവന്നയുടൻ ഇന്ത്യൻ ഒളിമ്പിക്സ് അസോസിയേഷന്റെ സെക്രട്ടറി ജനറലായി എതിരില്ലാതെ അവരോധിക്കപ്പെട്ടു. നോക്കൂ. ഇത്രയധികം സ്വതന്ത്രസ്വഭാവമുള്ള ഒളിമ്പിക്സ് അസോസിയേഷനെയാണ് സർക്കാർ കോഡുകൾ കൊണ്ടുവന്ന് നിയന്ത്രിക്കാൻ ശ്രമിക്കുന്നത്?

ഈ സത്യം ഇന്റർനാഷണൽ ഒളിമ്പിക് അസോസിയേഷനുമാത്രമല്ല, കുട്ടികൾക്കും മനസ്സിലായില്ല.

അവർക്ക് ക്രിക്കറ്റു മതി.

എനിക്കൊരു സംശയം. കുട്ടികളാണോ ശരി? ഇന്റർനാഷണൽ ക്രിക്കറ്റ് അസോസിയേഷൻ ഇന്ത്യയെ തൊട്ടുകളിക്കില്ല. കളിച്ചാൽ അവരുടെ കഞ്ഞികുടി മുട്ടും.

അമ്പെയ്ത്തിനെക്കാൾ ഇന്ത്യയ്ക്ക് യോജിച്ചത് ക്രിക്കറ്റായിരിക്കും.

കൽമാഡിയെക്കാൾ മിടുക്കൻ ലളിത് മോദിയാണല്ലോ.